Where Kindness Spoke या इंग्रजी पुस्तकाचा अनुवाद

करुणेचा स्वर

एका नायब राज्यपालांची सर्वोत्कृष्ट कार्यपद्धती...
डॉ. किरण बेदी यांचे नेतृत्वविषयक विचारधन, ट्वीट्स, ब्लॉग्ज व फोटो

शिवानी अरोरा

अनुवाद
सुप्रिया वकील

मेहता पब्लिशिंग हाऊस

Please contact us at **Mehta Publishing House,** Pune 411030.
✆ +91 020-24476924 / 24460313 / Mob. No. 9545000513
Email : production@mehtapublishinghouse.com
Website : www.mehtapublishinghouse.com

- *या पुस्तकातील लेखकाची मते, घटना, वर्णने ही त्या लेखकाची असून त्याच्याशी प्रकाशक सहमत असतीलच असे नाही.*

WHERE KINDNESS SPOKE by SHIVANI ARORA

Published in agreement with Sterling Publishers Pvt. Ltd.
Translated into Marathi Language by Supriya Vakil

करुणेचा स्वर / व्यक्तिचरित्र

अनुवाद : सुप्रिया वकील
Email : author@mehtapublishinghouse.com

मराठी अनुवादाचे व प्रकाशनाचे हक्क : मेहता पब्लिशिंग हाऊस, पुणे.

प्रकाशक : सुनील अनिल मेहता, मेहता पब्लिशिंग हाऊस,
१९४१, सदाशिव पेठ, माडीवाले कॉलनी, पुणे – ३०.

मुद्रक : ट्रिनिटी ॲकॅडमी फॉर कॉर्पोरेट ट्रेनिंग लिमिटेड

मुखपृष्ठ : स्टर्लिंग पब्लिशर्सच्या सौजन्याने

प्रथमावृत्ती : ऑगस्ट, २०२१

किंमत : ₹ १९५

P Book ISBN 9789391151416
E Book ISBN 9789391151461
E Books available on : amazonkindle Apple Books Google Play Books

---

प्रस्तावना

शाळेतील इतिहास व नागरिकशास्त्राच्या पाठ्यपुस्तकांत राज्यपाल म्हणजे औपचारिक नामधारी व्यक्ती असे चित्र उभे राहते. या पदावर असणाऱ्या बऱ्याच जणांवर केंद्राचे सहज वाकवता येणारे प्रतिनिधी असल्याचा आरोप केला जात असला, तरी काही उत्कृष्ट राज्यपालांनी, विशेषत: दक्षिणेकडील, राज्यभवनाची प्रतिष्ठा वाढवली आहे.

शिवानी अरोरा टीनएजर असताना कर्तबगार पोलीस अधिकारी डॉ. किरण बेदी यांच्या व्यक्तिमत्त्वाने भारून गेल्या होत्या. तिथून सुरू झालेला हा प्रवास इथवर येऊन पोहोचेल अशी त्यांनी कल्पनासुद्धा केली नसेल. शिवानी त्यांच्या 'रोल मॉडल'ला प्रशंसापर पत्रे लिहायच्या, त्यानंतर तिहार तुरुंगाच्या पोलीस महानिरीक्षक व मॅगसेसे पुरस्कार विजेत्या डॉ. बेदींचे पत्रातून कौतुक करायच्या... आणि त्यानंतर त्यांचा पुदुच्चेरीच्या नायब राज्यपाल या डॉ. बेदींच्या सध्याच्या रूपाशी जवळून संपर्क आला... आणि वर्तुळ पूर्ण झाले.

जसे स्वर्गीय डॉ. अब्दुल कलाम यांनी 'लोकांचे राष्ट्रपती' म्हणून उपक्रम घेताना 'राष्ट्रपती भवना'चे संकेत मोडीत काढले, तसेच डॉ. बेदींनी पुदुच्चेरी इथल्या 'राज निवासा'च्या कार्यपद्धतीत व दृष्टिकोनात परिवर्तन घडवले आहे. नायब राज्यपालांची लोकाभिमुख कार्यपद्धती सरकारी कार्यालयांची अचानक तपासणी करणे अथवा लोकांशी नियमित संवाद साधणे (या सगळ्या गोष्टींचे चित्रीकरण सोशल मीडियावर 'व्हायरल' झालेले आहे) अशा गोष्टींत दिसून येते आणि याच गोष्टीने लेखिकेला आकर्षित केले आहे हे नि:संशय (जरी त्यामुळे लोकनियुक्त सरकार नाराज असले तरी. त्यांना डॉ. बेदींची कार्यशैली हे घटनात्मक लक्ष्मणरेषेचे उल्लंघन वाटते).

या पुस्तकात नायब राज्यपालांच्या 'इनसायडर आउटसाइड'ची अलग किनार असलेल्या अपारंपरिक शैलीची सुबोध ओळख घडते. शिवानींचे लेखन संतचरित्र–लेखनाकडे वळत असले, तरी त्यांच्या पत्रकारितेच्या पार्श्वभूमीमुळे त्यांनी या पुस्तकात वस्तुनिष्ठता जपली आहे. त्यांनी हा विषय जसा आहे तशा रूपात मांडला आहे.

आज प्रसारमाध्यमांतील अत्यधिक नकारात्मकता, त्याजोडीने सरकारी

अधिकाऱ्यांबद्दल नागरिकांच्या मनात असलेला निराशावाद व आशाभंग या पार्श्वभूमीवर नायब राज्यपाल बेदी ताज्या झुळकीसारख्या आहेत. लौकिकार्थाने 'रबर-स्टॅम्प' न राहता, त्यांनी त्यांच्या कार्यालयात परिवर्तन घडवण्यासाठी ऊर्जा व संसर्गजन्य 'पॅशन' आणले आहे. आज नायब राज्यपालांसोबत 'सेल्फी' घेण्यासाठी किती नागरिक रांग लावतात? किंवा किती मुलांना नायब राज्यपालांच्या खुर्चीवर बसता येते? शिवानी अरोरांच्या या पुस्तकामुळे शाळेच्या पाठ्यपुस्तकांतील नायब राज्यपालांबद्दलचे अनुदार संदर्भ आठवले!

या पुस्तकाची 'टॅग लाइन' अशी असायला हरकत नाही. ऑडॅसिटी ऑफ होप... धारिष्ट्य आशावादाचे!

– संजय पिंटो
ॲडव्होकेट, मद्रास उच्च न्यायालय
स्तंभलेखक, लेखक, राजकीय विश्लेषक
माजी निवासी संपादक,
एनडीटीव्ही २४ X ७

आरंभ...

विचारधन

नेतृत्व

नेता इतरांसाठी काम करत नाही, तो स्वत:साठी काम करतो. तो सेवा करतो. नेत्याला याची आतूनच प्रेरणा असते. त्याला कुणी दुसऱ्याने सांगावे लागत नाही, तो स्वत:च स्वत:ला सांगत असतो. तो हे 'काम' म्हणून करत नाही. तो सेवा निर्माण करतो, स्वत:साठीही व इतरांसाठीही. त्याचा सेवा करण्याचा उदात्त उद्देश असतो व तो कामाच्या ठिकाणी आनंद शिंपतो.

– किरण बेदी

मला तो दिवस आजही चांगला आठवतो. २२ मे २०१६ रोजी दुपारी टीव्हीवर एक बातमी झळकली – डॉ. किरण बेदी यांची पुदुच्चेरीच्या नायब राज्यपालपदी नियुक्ती. माझ्या बालपणापासून माझ्यासाठी प्रेरणादायी असणाऱ्या किरणजी इतक्या महत्त्वाच्या घटनात्मकपदी विराजमान होणार हे ऐकून मला अतिशय आनंद झाला होता, पण त्याजोडीने मनात हुरहुर दाटली होती. कारण, त्यांनी नुकतेच सप्टेंबर महिन्यात माझ्या कॉलेजमध्ये एका महत्त्वाच्या समारंभासाठी उपस्थित राहण्याचे कबूल केले होते... आणि आता ही नियुक्ती म्हणजे!... आता काय होणार? मी विचारात पडले होते... त्या आमच्या निमंत्रणाचा मान ठेवतील का?

मग मी त्यांना अभिनंदनाचा 'मेसेज' केला आणि त्यांना आमच्या कॉलेजमधल्या समारंभाची आठवण करून दिली. त्यावर त्यांचे उत्तर आले,

''मी ठरल्याप्रमाणे येईन.''

ही माझी त्यांच्याशी झालेली पहिली बातचीत! त्यांच्याशी म्हणजे किरणजींशी अथवा 'मॅम'शी (आता मी त्यांना 'मॅम' असे संबोधते). नायब राज्यपाल म्हणून त्यांनी बजावलेल्या कामगिरीमुळे मी प्रभावित झालेली आहेच, तसेच मला त्यांच्या

‘क्रिएटिव्ह टीम’मध्ये असण्याचे व त्यांच्यासोबत जवळून काम करण्याचेही भाग्य लाभले आहे. त्या मला त्यांचा ‘के-पीडिआ’ म्हणतात आणि मी त्यांना सदैव माझ्यासाठी प्रेरणामूर्ती असलेल्या व माझ्या ‘गॉडमदर’ असे म्हणते.

त्यांनी त्यांच्या विलक्षण नेतृत्वशैलीने ‘नायब राज्यपाल’ ही भूमिकाच पुनर्परिभाषित केली आहे. त्यांनी त्यांच्या तिथे असण्याचा उद्देश परिभाषित केला आहे. लोकांची सेवा करणे व पुदुच्चेरीला ‘समृद्ध पुदुच्चेरी’ बनवणे. त्यांनी सदैव प्रेरित राहून, आपल्या देशाच्या घटनात्मक इतिहासात ‘नायब राज्यपाल’ म्हणून स्वत:चे खास स्थान निर्माण केले आहे. ‘रबर-स्टॅम्प’ न होता, त्यांनी राज निवासाची द्वारे सर्वसामान्य लोकांसाठी खुली केली आणि त्यांची अत्यंत प्रेमाने व आस्थेने सेवा केली. त्यांची सहृदयता त्यांच्या कार्यातूनच बोलते आणि तिने लोकांची मने जिंकली आहेत.

जेव्हा सहृदयता हा नेतृत्वगुण म्हणून विचारात घेतला जातो, तेव्हा काही लोक ही कमजोरी ठरू शकेल असे मानतात. पण खरेतर, सहृदयतेमुळे नेतृत्व अधिक मजबूत बनते. नेतृत्वातील ज्या गुणवैशिष्ट्यांतून सहृदयता व्यक्त होते ती गुणवैशिष्ट्ये म्हणजे – उदार आदानप्रदान, लोकांच्या गरजांविषयी आस्था व संवेदनशीलता, संवाद साधताना त्याला व्यक्तिगत स्पर्श घडवणे, इतरांच्या मतांचा आदर करतानाच रचनात्मक अभिप्राय देणे, समुपदेशन व मार्गदर्शन करणे आणि व्यक्तिगत मते सामावून घेणे. ही सर्व गुणवैशिष्ट्ये डॉ. किरण बेदींच्या नेतृत्वशैलीत ठळकपणे दिसतात, म्हणून या पुस्तकाला शीर्षक दिले आहे ‘व्हेअर काइंडनेस स्पोक.’

या पुस्तकाच्या पहिल्या भागात, गेल्या तीन वर्षांत त्यांनी नायब राज्यपाल म्हणून केलेल्या कार्याचा थोडक्यात आढावा घेतला आहे. मी एक बाहेरची व्यक्ती म्हणून व त्यांच्या ‘टीम’चा भाग म्हणून याकडे कसे पाहते आणि त्यांची ट्वीट्स, ब्लॉग्ज व नेतृत्वविषयक विचारधन... त्यांच्या विचारांची अभिव्यक्ती असलेल्या सर्व गोष्टींशी त्याचा कसा संबंध जोडते, तेही या भागात वाचायला मिळेल.

किरणजींनी टीम वर्क, पारदर्शकता व प्रत्यक्ष अनुभव (फील्ड वर्क) यावर आधारित असलेले कारभाराचे नवे ‘मॉडल’ कसे आणले जे फक्त सरकारेच नव्हे, तर खासगी कंपन्या व इतर संस्थाही स्वीकारून त्यांच्या कार्यपद्धतीत बदल घडवू शकतात. याबद्दल या पुस्तकाच्या दुसऱ्या भागात सविस्तर विवेचन आहे.

अनुक्रमणिका

विभाग अ

एक उच्चपदस्थ पोलीस अधिकारी नायब राज्यपाल बनल्या तेव्हा...

विचारधन

नेतृत्व

नेतृत्व हे स्वातंत्र्य असते पूर्णत: जबाबदार होण्याचे, पूर्णत: उत्तरदायित्व स्वीकारण्याचे. आपली स्वत:ची कार्ये, चुका व कृत्ये यांचा संपूर्ण लेखाजोखा.

– किरण बेदी

डॉ. किरण बेदींनी पुदुच्चेरीच्या नायब राज्यपालपदाची सूत्रे हाती घेतली, तेव्हा अगदी सुरुवातीपासून त्यांनी नवी वाट निवडली, याआधी कुणीही न तुडवलेली वाट. त्यांनी या पदावर काम करताना, स्वत:साठी उद्देश व स्वत:ची अशी कार्यशैली ठरवली.

त्यांनी पदाची शपथ घेतल्यानंतर ज्या गोष्टी सर्वप्रथम केल्या, त्यातली एक गोष्ट म्हणजे, त्यांनी अधिकारी व अतिथी यांच्या समूहाला संबोधित केले. हा नेहमीचा रिवाज नव्हता, पण त्या पुदुच्चेरीला 'समृद्ध पुदुच्चेरी' बनवण्याचे ध्येय डोळ्यांसमोर ठेवून तयारीनिशी आल्या होत्या आणि त्यांच्या तिथल्या टीमला देण्यासाठी त्यांचा मंत्रही तयार होता.

त्यांचा मंत्र होता - 'टी' म्हणजे टीईए - ट्रस्ट (Trust) विश्वास, एम्पॉवरमेंट (Empowerment) सबलीकरण व अकौंटेबिलिटी (Accountability) ...उत्तरदायित्व.

त्यांच्या शपथविधीप्रसंगीच्या भाषणातील काही अंश

आणि आज माझ्यासाठी, ही नवी जबाबदारी म्हणजे एक प्रकारची उपासनाच आहे... भारतातील सर्वात सुंदर प्रदेशाची सेवा करण्याची. मी इथे माझ्याकडे

जे काही आहे ते सर्वकाही देण्यासाठी आले आहे.

आपल्या सर्वांचे # Prosperous Puducherry (समृद्ध पुदुच्चेरी) हे स्वप्न आहे. आपण हे स्वप्न साकार करण्यासाठी आपली जबाबदारी या तीन मंत्रांद्वारे पार पाडू या.

यातील पहिला मंत्र आहे - विश्वास. याचा अर्थ आर्थिक, प्रशासकीय व हेतू... अशा सर्व बाबतीत सचोटीने काम करणे.

दुसरा मंत्र आहे - सबलीकरण. याचा अर्थ महत्त्वाच्या गोष्टी विचारात घेताना, त्याजोडीने साधनस्त्रोतांचा अधिकाधिक वापर करून घेण्याची क्षमता निर्माण करणे व ती वृद्धिंगत करणे. याचाच अर्थ प्रशिक्षण, मार्गदर्शन व अन्य माध्यमांद्वारे प्रोत्साहन देणे व विश्वास टाकणे.

तिसरा व अखेरचा मंत्र आहे - उत्तरदायित्व. हे फक्त लोकांच्या बाबतीतच नव्हे, तर तुमच्या स्वत:च्याही बाबतीत लागू असेल. याचा अर्थ, कायद्याची अंमलबजावणी करणे व त्याप्रति आदरभाव निर्माण होण्यास प्रोत्साहन देणे.

या तीन अक्षरांनी 'टी' (टीईए) हा शब्द बनला आहे.

त्या अगदी पहिल्याच दिवसापासून धडाक्यात कामाला लागल्या. सुरुवातीच्या काळात त्यांनी सुरू केलेल्या काही प्रथांनी – ज्या सहृदयतेवर आधारित होत्या त्यांनी स्वीकारलेल्या कार्यसंस्कृतीचा पाया रचला... आणि त्या अजूनही सुरू आहेत.

सुरुवातीचे दिवस

@TheKiranBedi: परमेश्वरा, मला अशा पदावर नेल्याबद्दल धन्यवाद, जिथे मी माझ्या कल्पनेनुसार काम करू शकते व सामूहिक पद्धतीने काम करून घेऊ शकते.

१ जुलै २०१६

नायब राज्यपालपदाची सूत्रे स्वीकारल्यानंतर अवघ्या काही दिवसांतच डॉ. किरण बेदींनी इतके बदल घडवले, की पुदुच्चेरीतील लोक या नव्या नेतृत्वाकडे आदरयुक्त आश्चर्याने पाहू लागले होते... नुकत्याच आलेल्या, पण लोकांच्या मदतीसाठी तत्पर असलेल्या नेतृत्वाकडे.

डॉ. किरण बेदींनी पहिल्याच आठवड्यात 'मुक्तद्वार' ही पद्धत सुरू केली आणि 'राजनिवासा'ची द्वारे जनसामान्यांसाठी खुली झाली. ज्या लोकांच्या काही तक्रारी असतील त्यांना दररोज चाळीस बिल्ले दिले जाऊ लागले. डॉ. बेदींनी नवी दिल्लीत ही पद्धत सुरू केली होती. त्या वेळी त्या दिल्लीचे नायब राज्यपाल तेजिंदर खन्ना यांच्या विशेष सल्लागार होत्या.

तीच पद्धत त्यांनी पुदुच्चेरीत सुरू केली आणि ती आजही अनुसरली जाते.

त्यांनी घेतलेला आणखी एक निर्णय म्हणजे, त्यांनी 'सायरन'च्या वापरावर बंदी घातली.

''मी शहरात गाडीतून निघाले असताना, 'सायरन' वाजला की लोक घाबरून बाजूला सरकत आहेत हे दृश्य पाहून मला लाज वाटली. या सायरनमुळे लोकांच्या संचारस्वातंत्र्यावर गदा येता कामा नये,'' त्या म्हणाल्या.

त्याचबरोबर, वृक्षारोपणाचे उपक्रम हाती घेण्यात आले आणि पुदुच्चेरीतील सर्व सरकारी कार्यालये जोमाने कामाला लागली. अधिकारी प्रथमच सकाळी नऊच्या ठोक्याला कार्यालयात पोहोचू लागले व जनतेच्या साहाय्यासाठी उपलब्ध राहू लागले. पुदुच्चेरीला येताना डॉ. बेदींनी बॅगा भरताना त्यांच्या वडिलांची डायरी वाचली होती. त्यात त्यांच्या वडिलांनी म्हटल्याप्रमाणे किरणजींनी प्रत्येक दिवसाचा

पुरेपूर उपयोग करण्यास सुरुवात केली.

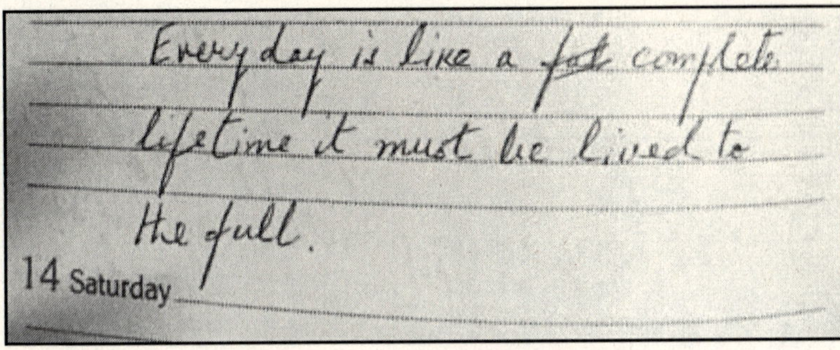

या सर्व प्रथा त्यांनी पदभार स्वीकारल्यापासून पहिल्या पंधरवड्यातच सुरू केल्या. त्यामागे प्रेरणा होती ती असे सहृदय नेतृत्व बनण्याची, जे आपल्या पदाच्या माध्यमातून लोकांच्या सेवेसाठी कटिबद्ध आहे. हे त्यांच्यात नेतृत्वाचे खरे वेगळेपण आहे.

विचारधन
नेतृत्व

FOG
F : Finding time to meet... भेटीला येणाऱ्या लोकांसाठी वेळ काढणे.
O : Open up the office... मुक्तद्वार... भेटायला येणाऱ्यांसाठी ठरावीक वेळ कार्यालय खुले ठेवणे.
G : Gifts... भेटवस्तू...
नेतृत्वस्थानी काम करताना, आपल्याला बऱ्याच भेटवस्तू मिळतात. या भेटवस्तू आपल्याला आपल्या अधिकारपदामुळे मिळतात. यापैकी कोणत्या भेटवस्तू आपल्या प्रियजनांकडून मिळाल्या आहेत, व कोणत्या आपल्या पदामुळे मिळाल्या आहेत, हे आपणच ठरवले पाहिजे. आपल्याला ज्या भेटवस्तू आपल्या पदामुळे मिळाल्या असतील त्या आपण त्यांची अधिक गरज असलेल्या व्यक्तींना देण्यासाठी बाजूला ठेवून दिल्या पाहिजेत. इथे तुमच्या सचोटीचा कस लागेल. बघा.

– किरण बेदी

डॉ. किरण बेदींनी 'नायब राज्यपाल' या भूमिकेची व्याख्याच बदलली आणि लोकांना शासन-कारभारात मोठे परिवर्तन पाहायला मिळाले. त्यांनी वर नमूद केलेले 'FOG' प्रत्यक्ष अनुसरले आहे.

भेटीला येणाऱ्या लोकांसाठी वेळ काढणे : त्यांनी प्रत्यक्ष बाहेर जाऊन समस्यांची दखल घेण्यासाठी वेळ दिला. आठवड्याच्यात अखेरीस, सकाळचा वेळ त्यांनी त्यांच्या टीमसोबत फेरी मारण्यासाठी राखून ठेवला होता. या वेळात त्या समस्या असलेल्या ठिकाणी जाऊन त्या समस्या जाणून घेऊ लागल्या.

त्या म्हणतात, "भाषा हा माझ्यासाठी फार मोठा अडसर होता. त्यामुळे मी

ठरवले, की लोकांना माझे बोलणे समजणार नाही, पण ते किमान मला पाहू तरी शकतील. म्हणून मी दर आठवड्याच्या शेवटी माझ्या टीमसोबत सकाळी लवकर बाहेर पडायला सुरुवात केली. लोकांना त्यांच्या नायब राज्यपालांना पाहता यावे आणि मला त्यांच्या समस्या जाणून घेऊन त्या सोडवता याव्यात यासाठी.''

डॉ. किरण बेदींनी अशा दोनशेपेक्षा जास्त फेऱ्या केल्या असून, तलावांचे पुनरुज्जीवन, कचऱ्याचे ढीग साफ करण्यापासून ते पुदुच्चेरीला जलसमृद्ध करण्यापर्यंतची कामे केली आहेत. त्यांच्या या आठवडी फेऱ्या संपूर्ण चित्र पालटून टाकणाऱ्या ठरल्या आहेत... ॲब्सोल्यूट गेम-चेंजर्स.

आठवडी फेऱ्यांबद्दलच्या ब्लॉगमधील काही अंश

आठवडी फेऱ्या म्हणजे नक्की काय आणि त्या का करायच्या

आज २०१ वी आठवडी प्रभातफेरी आहे.

****

याचाच अर्थ, आज आम्ही 'राजनिवास टीम' ने १०० आठवड्यांत २०१ आठवडी फेऱ्या केल्या आहेत.

(शनिवारी व रविवारी, सकाळी साडेसहा वाजता)

मी २९ मे २०१६ रोजी नायब राज्यपालपदाची सूत्रे स्वीकारली. त्यानंतर पहिल्याच आठवड्याच्या अखेरीपासून, मी या आठवडी प्रभातफेरीला सुरुवात केली.

माननीय विधानसभा अध्यक्षांच्या मतदारसंघातील नाले तुंबल्यासंदर्भात जी तक्रार आली होती, त्यासाठी मी पहिल्यांदा तिथे गेले होते. तिथे ते तिथल्या रहिवाशांचे शिष्टमंडळ घेऊन येणार होते.

त्यांना या समस्येची सोडवणूक करून हवी होती.

मी त्यांच्या विनंतीवरून, निवासी कॉलनीत गेले आणि तिथे हस्तक्षेप करण्याची मोठी गरज असल्याचे माझ्या लक्षात आले.

दुसरी विनंती आमदार श्री. लक्ष्मीनारायण यांच्याकडून 'ग्रॅन्ड कनॅल'च्या स्वच्छतेसंदर्भात प्रत्यक्ष भेटीसाठी म्हणजेच 'फील्ड व्हिजिट'साठी आली. मी त्यांच्या सोबतही प्रत्यक्ष जाऊन परिस्थिती स्वत:च्या डोळ्यांनी पाहिली. त्या वेळी तिथली अवस्था भयंकरच वाईट होती. 'ग्रॅन्ड कनॅल' प्रचंड दुर्गंधीयुक्त होता.

या दोन्ही ठिकाणी प्रत्यक्ष भेट देऊन परिस्थिती पाहिल्यानंतर माझ्या लक्षात आले, की अशा समस्यांसंदर्भात कागदोपत्री अहवालांची वाट

बघत बसण्यापेक्षा तिथे प्रत्यक्ष भेट देण्याची आवश्यकता आहे, कारण या समस्या सोडवण्यासाठी विभागामध्ये उत्तम समन्वयाची गरज असते.

प्रत्यक्ष घटनास्थळावरचे वास्तवही खूप वेगळे असू शकते. या गोष्टींमध्ये जलद गतीने सुधारणा घडवायच्या असतील, तर मला माझ्या 'कम्फर्ट झोन'मधून बाहेर येऊन, नियमित 'फील्ड व्हिजिट्स' कराव्या लागतील ही गोष्ट माझ्या लक्षात आली.

मग मी आठवड्याच्या अखेरीस, सकाळची वेळ निवडली. कारण त्या वेळी मला वेळ असतो. कार्यालयीन काम थांबवावे लागत नाही.

म्हणून मी सकाळी सहा-साडेसहाची वेळ निवडली. दिवसाची सुरुवात करण्याची. मला सकाळी लवकर उठण्याची सवय आहेच.

आणि 'राजनिवास टीम' तयार झाली.

मुक्तद्वार : डॉ. बेदींच्या नेतृत्वाखाली, 'राजनिवास' हे लोकनिवास बनले आहे व आता तर 'विश्वास निवास'ही बनले आहे.

तिथे 'ओपन हाउस'साठी वेळ निश्चित करून लोकांच्या तक्रारी ऐकल्या जातात. जनतेसाठी 'व्हिजिटर्स अवर' सुरू करण्यात आले आहेत. ज्या वेळात लोक ऐतिहासिक 'राजनिवास' पाहू शकतात व नायब राज्यपाल महोदयांशी संवादही साधू शकतात आणि पुदुच्चेरीच्या लोकांसोबत सर्व सण-उत्सव साजरे केले जातात. पुदुच्चेरीच्या इतिहासात पहिल्यांदाच 'राजनिवास' जनतेसाठी खुले करण्यात आले आहे.

भेटवस्तू : 'राजनिवास'मध्ये त्यांना दररोज बऱ्याच भेटवस्तू मिळतात, पण त्या सर्व राजनिवासातल्या कपाटात जमा होतात व त्या लोकांना वाटून टाकल्या जातात. स्वच्छता कर्मचाऱ्यांना, अधिकाऱ्यांना व अर्थातच लहान मुलांना. त्यांना मिळणाऱ्या शाली स्वच्छता कर्मचाऱ्यांना दिल्या जातात.

मॅम सायकलवरून शहरभर फिरून, वाटेत या कर्मचाऱ्यांपाशी थांबतात, शहर स्वच्छ ठेवण्याबद्दल त्यांचे आभार मानून त्यांना या शाली देतात. हे दृश्य मोठे हृदयस्पर्शी असते.

बाकी सगळ्या भेटवस्तू - मग त्या दुर्मिळ कलाकृती, पुस्तके, फळे, शाली, स्टेशनरी काहीही असो - वाटून टाकल्या जातात.

''या भेटवस्तू किरण बेदींना दिल्या जात नाहीत, त्या नायब राज्यपालांना दिल्या जातात. त्यामुळे त्या भेटवस्तू या कार्यालयाच्या असतात. मी इथले काहीही घेत नाही. उलट आम्ही त्या अशा लोकांना देतो जे त्यासाठी योग्य असतील,'' त्या म्हणतात.

@TheKiranBedi : (गेल्या ५ महिन्यांत) राजनिवासात आलेल्या भेटवस्तू दिवाळी पर्वांच्या आनंदोत्सवाचा भाग म्हणून योग्य व्यक्तींना भेटीदाखल देण्यात आल्या.

२७ ऑक्टोबर २०१६

सुविचार

उपहार

तुम्हाला जे उपहार व प्रकाशदीप लाभले आहेत,
ते तुमच्यासाठी नसतात, तर इतरांसाठी असतात.
लक्षात ठेवा, तुमच्या आयुष्यातले सगळे उपहार
इतरांसाठी असतात. तुमच्याकडे जो कुणी येईल,
त्याला हे उपहार द्या.

– श्री श्री रवीशंकर

ओपन हाउस, आठवडी फेऱ्या व भेटवस्तूंचे वितरण यांद्वारे डॉ. बेदी अत्यंत सहृदयतेने लोकांपर्यंत पोहोचल्या. त्यांच्यातील नेतृत्वाला अधिकारी वर्गापर्यंतही पोहोचायचे होते आणि त्यांना अधिक चांगल्या प्रकारे कार्य करण्यास साहाय्य करण्यासाठी त्यांचे कौशल्य उपयोगात आणायचे होते. त्यामुळे त्यांनी अधिकाऱ्यांना भेटायला, त्यांच्या कार्यालयांना भेटी द्यायला व आढावा बैठका घ्यायला सुरुवात केली.

स्व-शिक्षण व मार्गदर्शन

विचारधन

नेतृत्व

नेतृत्वस्थानी असलेली व्यक्ती एखादे कार्य अशा कुशलतेने पूर्ण करते, की त्यासंदर्भात बाकी करण्याजोगे काही उरतच नाही. हे खरे नैपुण्य होय. हे साध्य करण्यासाठी अशी व्यक्ती त्या कार्यावर एकाग्र राहते आणि सतत शिकत राहण्याद्वारे स्वत:च्या कौशल्यांना धार लावत राहते. त्यामुळेच स्व-प्रशिक्षण व टीममधील सदस्यांचे प्रशिक्षण अत्यंत महत्त्वाचे असते.

– किरण बेदी

नायब राज्यपालपदावर काम करताना डॉ. बेदींचे कार्य फक्त फायलींवर सह्या करणे किंवा सन्मान्य स्थान भूषविणे एवढ्यापुरतेच मर्यादित नसते. आपण पुदुच्चेरीत परिवर्तन घडवण्यासाठी आलो आहोत अशी त्यांची धारणा आहे. त्यांना सतत शिकत राहायला व स्वत:चे ज्ञान अद्ययावत करायला आवडते. लोकांना अनुभवी मार्गदर्शन मिळाले पाहिजे, तसेच त्यांना स्व-मूल्यमापन करण्यात साहाय्य केले पाहिजे असेही त्यांना वाटते. त्यामुळेच अधिकारी व सचिव यांच्याशी थेट संवाद, विभागांना भेटी, स्व-मूल्यमापन परीक्षा अशा गोष्टी सुरू झाल्या. त्यांच्याशी थेट समोरासमोर झालेल्या चर्चेने अधिकाऱ्यांचे डोळे उघडले. त्यांच्यापैकी काही जणांना तर त्यांच्या करिअरच्या सुरुवातीलाच अशा प्रकारचे अनुभवी मार्गदर्शन मिळाले असते तर बरे झाले असते असे वाटले.

डॉ. बेदींनी विविध विभागांना ज्या भेटी दिल्या, त्यातून असे स्पष्ट झाले, की अधिकाऱ्यांना त्यांच्या कामाची माहितीच नाहीये, त्यामुळे त्यासंदर्भात सुधारणेला वाव होता. डॉ. बेदींनी त्यांना जे धडे दिले ते व्यवस्थापनाचे अत्यंत मौल्यवान धडे होते, तसेच या अधिकाऱ्यांनी ज्या स्व-मूल्यमापन परीक्षा दिल्या, त्यासाठी त्यांना खरोखर अभ्यास करावा लागला, ज्ञान मिळवावे लागले आणि त्यांना 'स्वॉट

(SWOT) ॲनालिसिस' सुद्धा करावा लागला.

@TheKiranBedi : दिवसाची सुरुवात रोज सकाळी साडेनऊ वाजता एका सचिवाच्या 'थेट भेटी' ने होते. आज माहिती-तंत्रज्ञान विभागाच्या सचिवांशी भेट होती. या उपक्रमाचा खरोखर उपयोग होतो. त्यामुळे अधिकारी व्यक्ती त्या महिन्याच्या नियोजनावर अधिक लक्ष केंद्रित करतो, त्यासंबंधी अद्ययावत माहिती घेतो, तसेच अधिक एकाग्रता, प्रशिक्षण वगैरे गोष्टीही घडतात.

२७ ऑक्टोबर २०१६

'कामगिरीचे मूल्यमापन' यावरील ब्लॉग

कामगिरीच्या वार्षिक मूल्यमापनासाठी 'लक्षणीय' किंवा 'अतिशय उत्तम' असा शेरा मिळवण्यासाठी काय आवश्यक असते?

या संदर्भातील माझी निरीक्षणे :

****

मूल्यमापनाच्या उर्वरित काळात तुम्हाला 'लक्षणीय' असा शेरा मिळवायचा असेल (ही तुमची महत्त्वाकांक्षा आहे याबद्दल मला तीळमात्र शंका नाही) तर त्यासाठी माझ्याकडून ही 'मार्गदर्शक सूत्रे'.

— — — — — — — — — — — — — — — — — — — —

ही काही सर्वांना लागू होण्याजोगी सर्वसमावेशक सूत्रे आहेत. प्रत्येक विभागाने काही विशिष्ट गोष्टी करायच्या असतात. त्या तुम्ही व्यवस्थापक या नात्याने पार पाडू शकता व त्या तुम्ही पार पाडल्या पाहिजेत. मी तुमची आढावा अधिकारी या नात्याने त्यांचे मूल्यमापनाच्या वेळी मूल्यांकन करेन.

१. संबंधित लोकांसोबत वारंवार 'फील्ड व्हिजिट्स' करून त्यांच्या समस्या वेळोवेळी समजून घ्या. त्यासाठी व्यवस्थित वेळापत्रक आखा. तसेच तुमच्या लाभार्थींचे सर्व विभाग त्यामध्ये येतील याची दक्षता घ्या.

२. तुमच्या युनिटच्या भेटींमध्ये तुम्ही स्वत: सहभागी व्हा. त्यामध्ये अधिकार श्रेणीचा विचार करू नका. ते स्थान बघा व समजून घ्या. डेटा एन्ट्री व ॲनालिसिस यामध्ये सुधारणा होण्याच्या दृष्टीने तंत्रज्ञानाचा पुरेपूर वापर कला जात आहे का?

३. साधनस्त्रोत पुरवा व मार्गदर्शक बना. तुमच्याकडे कोण व काय आहे यावर भिस्त ठेवा. तुमच्याकडे जे नाही त्यासाठी थांबू नका किंवा ते

घडण्याची वाट पाहत राहू नका. वेळ आपल्यापैकी कुणासाठीही थांबणार नाहीये.

४. सुधारणांबद्दलच्या योजना व प्रस्ताव ठरवा आणि त्या बाबींची अंमलबजावणी झाली का याचा पाठपुरावा करा. याचाच अर्थ तुम्ही या भेटींचे व त्या वेळी दिलेल्या मार्गदर्शक सूचनांचे कार्यवृत्त ठेवले पाहिजे. त्याचा वापर स्मरण देण्यासाठी व मूल्यमापनासाठी करा. तुमच्या फायली/ प्रस्ताव यांचा पाठपुरावा करत राहा.

५. ही मार्गदर्शनपर भेटही असते, ज्यात तुम्ही तुमच्या विभागाची कामगिरी पुढच्या स्तरावर नेत असता... तुम्ही स्व-अभ्यास, टीमला प्रशिक्षण यांद्वारे हे साध्य करता आणि त्यानंतर तुम्ही परीक्षण करू शकता.

६. तुम्ही स्वतःचे नियोजित वेळापत्रक काटेकोर पाळा व तुमच्या युनिटच्या प्रमुखांनाही ते पाळायला लावा. तुम्ही आढावा बैठका घ्या. इतर संभाव्य बाबींसाठी तुमच्या कार्यालयाची द्वारे खुली ठेवा.

७. महिन्यातून किमान एकदा तुमच्या सर्व युनिट्सना एकत्र आणा. त्या वेळी त्यांच्यात सामूहिक कामगिरी, त्या त्या महिन्यातील प्राधान्याच्या गोष्टी व कोणत्याही विशिष्ट युनिटसंदर्भातील गोष्टींबाबत संवाद व आदान-प्रदान घडू द्या.

८. तुम्ही नव्या गोष्टी विचारात घेण्याआधी, पहिल्यांदा या गोष्टींचा आढावा घ्या.

स्वयंसेवकांमधील समन्वय आवश्यक आहे. निर्णयप्रक्रिया जलद होण्यासाठी तुमच्या सहकाऱ्यांशी बोला व त्यांच्यासोबत काम करा.

९. आर्थिक बाबींवर सारासार विचार करा आणि नियम व कार्यपद्धतींची व्यवस्थित अंमलबजावणी करा. फक्त न्यायसंगत बाबींसंदर्भातच यात तडजोड करा, बाकी कोणत्याही बाह्य गोष्टींसाठी अथवा मंजुरीसाठी यात तडजोड करू नका. तुमच्या महत्त्वाच्या फाइल्सचा पाठपुरावा करा. त्यावरची नजर हटू देऊ नका. तुमची जबाबदारी फक्त फाइल मंजूर करणे एवढीच नाही, तर त्याची अंमलबजावणी करणे हीसुद्धा आहे.

१०. कायद्याच्या काटेकोर पालनाला प्रोत्साहन द्या, तसेच आर्थिक बाबी आणि सर्व नियुक्त्या व निर्णय यात पारदर्शिता राखा.

११. मार्गदर्शनाचा आदर ठेवा. वेळोवेळी केलेल्या कार्यवाहीचा 'फीडबॅक' द्या. आवश्यकता असल्यास स्पष्टीकरणे घ्या. शंका उपस्थित केल्या गेल्या असल्यास त्यांना प्रतिसाद द्या. तुमच्या वरिष्ठांना गृहीत धरू नका. त्यांनाही 'ट्रॅकर' असतो.

१२. मी तुम्हाला मार्गदर्शन करत राहीन, कारण ते माझे कर्तव्यच आहे.

१३. जर हे तुम्हाला उचित वाटले तर ही सूत्रे उपयोगात आणा. ती तुम्हाला तुमच्या करिअरमध्ये लाभदायक ठरतील.

त्यांचे कामकाज सुरू असताना, त्या मुक्तद्वार संकल्पनेनुसार तक्रारी ऐकून घेत होत्या, तेव्हा त्यांच्याकडे एक तक्रार पुन:पुन्हा येत होती – ती वैद्यकीय शिक्षण प्रवेशासंदर्भात होती. गुणवत्ताप्राप्त विद्यार्थ्यांना प्रवेश मिळू शकत नव्हते, कारण ते 'कॅपिटेशन फी' भरू शकत नव्हते.

मग त्या विद्यार्थ्यांना मदत करायला मोठ्या साहसाने उतरल्या, केवळ एक नेता म्हणून नव्हे, तर एक प्रेमळ आई म्हणून.

शिंगावर घेताना...

विचारधन

नेतृत्व

नेतृत्वस्थानी असलेल्या व्यक्ती कोणत्या गोष्टी तातडीच्या आहेत हे पाहून काम सुरू करतात, त्याचबरोबर ज्या गाष्टींत थांबता येणे शक्य नाही, पण त्यांना थोडा वेळ लागणार आहे, अशा गोष्टींना ताबडतोब सुरुवात करतात. या व्यक्ती प्रतीक्षा करत राहत नाहीत. या व्यक्ती गोष्टी घडवतात. ते परिवर्तन घडवण्यासाठी कार्य करतात.

– किरण बेदी

गेली तीन वर्षे, नायब राज्यपाल म्हणून काम करताना डॉ. बेदी यांनी अनेक मुद्द्यांवर एकाच वेळी काम केले आहे. त्यांनी अत्यंत निकडीने जो मुद्दा उचलून धरला, तो म्हणजे वैद्यकीय शिक्षण प्रवेश. त्या CENTAC (केंद्रीय प्रवेश समिती) कार्यालयात गेल्या, त्यांनी तिथल्या अधिकाऱ्यांना प्रश्न केला आणि विद्यार्थ्यांसाठी लढा देताना त्यांनी त्यांचे पद पणाला लावले, ही गोष्ट कोण विसरू शकेल?

त्यांनी सीबीआय चौकशीची मागणी करण्यापासून ते हा विषय सर्वोच्च न्यायालयात नेण्यापर्यंत... विद्यार्थ्यांना न्याय मिळवून देण्यासाठी सर्व प्रकारे लढा दिला. त्यांना राजकीय समुदायाकडून कडवा विरोध झाला, पण त्या कशानेही नाउमेद झाल्या नाहीत, त्या अशा विद्यार्थ्यांसाठी लढल्या, जे पात्र होते पण त्यांची पिळवणूक होत होती... प्रवेशासंदर्भात.

भारतात वैद्यकीय प्रवेश हा मोठा बिझनेस आहे, कारण CENTAC मार्फत प्रवेश मिळवण्यापेक्षा 'प्रवेश विकत घेणे' हा पर्याय नेहमी असतोच. या प्रथेमुळे अनेक कुटुंबे दारिद्र्यात लोटली गेली आहेत, तर या 'जागा' विकणाऱ्यांच्या तुंबड्या भरलेल्या आहेत.

@TheKiranBedi : आज #सीबीआयने पुदुच्चेरीतील वैद्यकीय शिक्षण प्रवेशाच्या जागांतील भ्रष्टाचाराचे ऐतिहासिक संकुल उद्ध्वस्त केले. नो मोअर. धन्यवाद सीबीआय.

@TheKiranBedi : पुदुच्चेरीतील #वैद्यकीय शिक्षण प्रवेशाच्या जागांतील घोटाळा हे सदोष अपराध आणि राजकीय व प्रशासकीय स्तरावरील प्रशासकीय अपयशाचे प्रकरण आहे @ पीएमओ इंडिया

२० सप्टेंबर २०१७

सर्वोच्च न्यायालयाच्या ऐतिहासिक आदेशानंतर डॉ. किरण बेदी यांनी लिहिलेल्या मायक्रोब्लॉग मधील काही अंश

गेल्या वर्षी राजनिवास सचिवालयाने हा विषय उचलून धरला, जेव्हा पुदुच्चेरीतील राजकीय व विभागीय प्रशासनातील कुणीही बिचाऱ्या, आस लावून बसलेल्या विद्यार्थ्यांच्या हितरक्षणासाठी पुढे यायला तयार नव्हते. 'राजनिवास'ने अशाप्रकारे पुढे येणे ही केंद्रशासित प्रदेशाच्या इतिहासातील पहिलीच घटना होती. गरजू विद्यार्थी व त्यांचे आईवडील इकडून तिकडे धावाधाव करत होते. राजनिवासातील मुक्तद्वारामुळे उदासीनतेचा पुरावा समोर आणला. याचवेळी राजनिवास टीम मोठ्या धाडसाने यात उतरली. त्यामुळे प्रचंड विरोधाला तोंड द्यावे लागले (त्या दरम्यानच्या, प्रसारमाध्यमांतील बातम्यांत ते दिसून आले आहे). राजनिवास सचिवालयाने उत्तरदायित्व अधिकाराखाली, पंतप्रधान कार्यालयासह भारत सरकारला या प्रकरणात सहभागी करून घेतले.

दरम्यान, या सर्व प्रयत्नांमुळे चेन्नईतील नामवंत वकील श्री. व्ही. बी. आर. मेनन यांनी नि:स्वार्थपणे मदतीचा हात दिला. या सर्व गोष्टी मद्रास न्यायालयाचे मुख्य खंडपीठ बारकाईने पाहत होते व त्यांनी त्यावर भाष्य केले आहे. न्यायालयाच्या अंतरिम आदेशामुळे अभिमत वैद्यकीय विद्यापीठांकडून आकारल्या जाणाऱ्या शुल्कावर निर्बंध आले आणि हे शुल्क निश्चित करण्यासाठी एका समितीची स्थापना अनिवार्य बनली.

आमच्या बाजूने कमीत कमी खर्चात अतिरिक्त सॉलिसिटर जनरल महोदयांनी काम पाहिले, तर मेडिकल माफियाने महागड्या वकिलांची फौज उभी

केली होती. या मातब्बर समुदायाने पैसा व ताकदीचा वापर करून, उच्च न्यायालयाच्या आदेशाला स्थगिती मिळावी यासाठी हे प्रकरण सर्वोच्च न्यायालयात नेले. पण त्यांना यश मिळाले नाही. न्यायाचा विजय झाला. सर्वोच्च न्यायालयाच्या आदेशाने फक्त पुदुच्चेरीलाच नव्हे, तर इतरही सर्व राज्यांना न्याय मिळाला आहे. त्यांनी जर तो लागू करायचा ठरवले तर अनेक वर्षांपासून, फक्त पुदुच्चेरीतच नव्हे, तर संपूर्ण देशभरात गुणवत्तापूर्ण गरिबांची पिळवणूक करणारी जी यंत्रणा होती, तिला या आदेशाने पूर्णविराम मिळाला आहे.

त्या केंद्रशासित प्रदेशाला भेडसावणाऱ्या विविध प्रश्नांची दखल घेऊन, त्यात लक्ष घालत असल्या, तरी त्यामुळे नायब राज्यपालांच्या अधिकारांचा प्रश्न उपस्थित झाला. प्रत्येक पावलावर त्यांना विरोधाचा सामना करावा लागला आणि नायब राज्यपाल म्हणून त्यांना असलेल्या अधिकारांना आव्हान दिले गेले.

सत्तासंघर्ष

विचारधन

नेतृत्व

नेतृत्वस्थानी काम करणाऱ्या व्यक्तीच्या दृष्टीने, योग्य गोष्ट योग्य पद्धतीने करणे कधीच अनुचित नसते. खरा नेता तत्त्वांशी ठाम असतो व तो मूलभूत गोष्टींबाबत कधीही तडजोड करत नाही. तो सचोटीच्या बाबतीत कधीही तडजोड करत नाही किंवा त्याने स्वत:ची जी जबाबदारी मानलेली असते, त्यासंदर्भात तो कधीही विश्वासघात करत नाही.

– किरण बेदी

डॉ. बेदींनी पुदुच्चेरीच्या नायब राज्यपालपदाची सूत्रे हाती घेतल्यापासून त्यांचे मुख्यमंत्र्यांशी खटके सुरू आहेत. याचे कारण म्हणजे त्या केवळ नामधारी अथवा रबरी शिक्का बनायला तयार नाहीत. उलट, त्या नियमपुस्तिकेनुसार वागतात आणि नेहमी योग्य वेळी योग्य गोष्ट केली पाहिजे असे मानतात. त्यांचा मुख्यमंत्र्यांशी सुरू असलेला हा संघर्ष दीर्घकाळ सुरू आहे. ते सुरुवातीला त्यांच्या मुख्य सचिवांमार्फत बोलले, मग मंत्र्यांमार्फत. त्यानंतर अखेर ते स्वत:च बोलू लागले. डॉ. बेदी त्यांची सचोटी, प्रामाणिकपणा व सदाचरणाबद्दल सुप्रसिद्ध आहेत. त्या नायब राज्यपाल असताना तिथे भ्रष्टाचाराला अजिबात थारा नाही. हा त्यांच्या व मुख्यमंत्र्यांमधील संघर्षाचा अतिशय मोठा मुद्दा आहे. त्या शांतपणे एकामागून एक समस्या हाती घेऊन त्या सोडवत आहेत.

मुख्य सचिवांचा प्रश्न आला, तेव्हा केंद्र सरकारने बदली दिलेल्या मुख्य सचिवांच्या साहाय्याने त्यांनी सरकारच्या कारभारात सुसूत्रता आणली.

‘मुख्य सचिवांची भूमिका’ याबद्दल त्यांनी लिहिलेल्या ब्लॉगमधील काही अंश

मुख्य सचिव : शांतता व सुसूत्रतेचा मूलाधार

कोणत्याही राज्यातील शांतता व प्रगती यांमध्ये मुख्य सचिवांची भूमिका सर्वांत महत्त्वाची असते, असे अनुभवावरून दिसून येते. तो / अथवा ती अत्यंत तळमळीने व एकाग्रचित्ततेने सर्वंकष विकासाला चालना देऊ शकते. त्याने फाइलवर केलेली प्रामाणिक टिप्पणी किंवा सल्ला, तसेच त्याने बैठकीत त्या प्रकरणातील वस्तुस्थिती, व्यावसायिक नियम, आर्थिक नियम, प्रशासकीय नियम अथवा धोरणात्मक बाबी असे मुद्दे विचारात घेऊन दिलेला सल्ला, हा सरकारतर्फे घेतल्या जाणाऱ्या सर्व सुयोग्य निर्णयांचा पाया असतो. तो टपाल-कार्यालय नसतो, तर तो परिवर्तन घडवणारा महत्त्वाचा घटक असतो, संरक्षक असतो व सचोटीचा हमीदार असतो. तो ‘आधार’ असतो. तो सर्वांना एकत्र गुंफतो. तो अनुभवी मार्गदर्शक असतो. तो नोकरशाहीतील अंतिम कार्यालय असतो, जिथे लोकांना त्यांची तक्रार घेऊन जाता येते. ही गोष्ट लक्षात घेणे महत्त्वाचे आहे. काही ठिकाणी ही गोष्ट लक्षात घेतली न जाण्याचे मुख्य कारण बहुधा ‘असुरक्षिततेची भावना’ हे असावे... मूल्यमापन, कामगिरीचे अहवाल व बढतीबाबतची चिंता यामुळे निर्माण होणारी सुरक्षित भावना.

जर व्यक्तिगत स्तरावर टिकून राहणे हा मुख्य उद्देश राहिला, तर राज्य दुबळे होणार हे नक्की. अशा परिस्थितीत त्याची प्रगती फक्त काही बाबतीत होईल आणि बऱ्याच बाबतीत त्याला नुकसान सोसावे लागले. राज्यात बेबनाव, घोटाळे आणि तक्रारी माजतील. समग्र विकासासाठी अशा महत्त्वाच्या पदावर योग्य व्यक्ती असणे आवश्यक असते, जिचा हेतू योग्य असेल, जी समर्पित वृत्तीने व आस्थेने काम करत असेल. समजा मुख्य सचिवाला सत्ताधाऱ्यांनी बाजूला सारले, तरी तो सर्वांत वरिष्ठ व्यावसायिक सल्लागार असतो.

तो जबाबदार असतो. तो ‘मला माहीत नव्हते’ असे म्हणू शकत नाही. कोणतीही गोष्ट कशी दुरुस्त करायची हे कळण्यासाठी त्याच्याकडे व्यवस्थापन यंत्रणा असल्याच पाहिजेत. सर्व विभाग त्यालाच अहवाल देत असल्यामुळे तो कोणत्याही गोष्टीत हस्तक्षेप करू शकतो.

लक्षात ठेवा, एकदा त्याने व्यवस्थित नोंद केली, की कोणतीही सत्ता

त्याला त्या प्रकरणाबाबत त्याचे म्हणणे खोडून काढू शकणार नाही, कारण तसे करणे म्हणजे धोका ओढवून घेण्यासारखे होईल... कारण फाइल नेहमी बोलतेच.

त्यामुळे कोणत्याही राज्याचा अथवा केंद्रशासित प्रदेशाचा मुख्य सचिव शांतता, सुसूत्रता व अनुशासन यांचा मूलाधार असतो. यासंदर्भात अर्थातच प्रामाणिक मतभिन्नता असू शकते. पण तरी या पदावरील प्रत्येक व्यक्ती त्याने घेतलेल्या निर्णयांना जबाबदार असतेच. त्यांनी न्यायसंगत असलेच पाहिजे. त्यामुळे मुख्य सचिवाचा सल्ला कसल्याही भीती वा पक्षपाताविना, व्यावसायिक व प्रामाणिक असला पाहिजे.

प्रश्न जेव्हा मुख्यमंत्र्यांचा होता, तेव्हा डॉ. बेदींनी नियमपुस्तिका घेतली आणि त्यांना नायब राज्यपाल म्हणून जे अधिकार आहेत त्यांची यादी काढली, कारण पुदुच्चेरी केंद्रशासित प्रदेश आहे. या मुद्द्याला न्यायालयात आव्हान दिले गेले आहे आणि अजूनही तो प्रलंबित आहे, पण डॉ. बेदी नियमपुस्तिकेनुसार काम करण्याबाबत आग्रही आहेत.

'नायब राज्यपालांचे अधिकार' याबाबत डॉ. बेदी यांनी लिहिलेल्या ब्लॉगमधील काही अंश

नायब राज्यपालांच्या निर्धारित जबाबदाऱ्या काय आहेत, हे माननीय मुख्यमंत्र्यांना कोण सांगते?

माननीय मुख्यमंत्र्यांना (व्ही. नारायणसामी) काय हवे आहे, रबरी शिक्का वा जबाबदार प्रशासक, हा खरा प्रश्न आहे.

वृत्तांनुसार, मुख्यमंत्र्यांना पाठिंबा देणारी व्यक्ती हवी आहे. अशी व्यक्ती जी लोकांना अन्याय सोसावा लागत असला तरी चुकीच्या गोष्टी घडू देईल. त्यांना असा नायब राज्यपाल हवा आहे, जो पारदर्शकतेची अपेक्षा न ठेवता फाइल 'क्लिअर' करेल. जो निहित हितसंबंधांच्या मागणीनुसार लोकांच्या नियुक्त्या करेल. जो अर्थसंकल्पात नोंद नसलेल्या गोष्टींसाठीसुद्धा पैसे खुले करेल. त्यामुळे उसने घ्या व खर्च करा.

जो अधिकाऱ्यांना बढती देईल, कुठली पदे नसली तरीही, किंवा कामगिरी सुमार असली तरी किंवा काहीही कारण नसले तरीही.

अशी व्यक्ती जिने काहीही करता कामा नये. पाहता कामा नये व बोलता कामा नये. केवळ प्रेक्षक. आणि छानपैकी वेळ घालवावा. राजनिवास

नामक महागड्या आस्थापनेचे मनमुराद लाभ घ्यावेत. अलग राहावे. लोकांना भेटू नये. अधिकाऱ्यांना प्रश्न विचारू नयेत. कशात हस्तक्षेप करू नये. ते जसे सांगतील तसे करावे, अगदी लिखित स्वरूपातसुद्धा. (मला त्यांच्याकडून अशी बरीच पत्रे आलेली आहेत).

सर्वांत महत्त्वाची गोष्ट म्हणजे, मी भारत सरकारकडून भरपूर निधी मिळवावा अशी मुख्यमंत्र्यांची इच्छा आहे, तेसुद्धा त्यांच्याकडे जो निधी आहे त्याचा विनियोग ते उत्तमप्रकारे करू शकत नाहीत अशी अवस्था असताना. महसूल निर्माण करणारा पर्यटन उद्योग तोट्यात आहे अशी परिस्थिती असताना. याला 'विशफुल थिंकिंग' असे म्हणतात... इच्छाकल्पित विचार.

प्रत्यक्षात त्यांना या गोष्टीने अधिक बळ मिळाल्यासारखे व उत्साहित वाटायला हवे, की त्यांच्या पुदुच्चेरीतील अव्यवस्था दूर करून सर्व घडी नीट बसवण्यात साहाय्य करायला आणखी कुणीतरी आले आहे. आता ते माझे आहे ते दत्तक म्हणून, पण त्यांना ते जन्मापासून लाभले आहे. आता प्रश्न आहे तो मुख्यमंत्र्यांना काय हवे आहे हा आणि हाच खरा प्रश्न आहे.

मुख्यमंत्र्यांना काय हवे आहे आणि नायब राज्यपालांना काय हवे आहे? केंद्रशासित प्रदेश-कायद्यामध्ये या दोन्ही पदांच्या जबाबदाऱ्या आखून दिलेल्या आहेत व त्यांच्यासाठी नियमावलीही आहे. ते त्याचा अर्थ कसा घेतात यावर आहे, का ते त्याकडे दुर्लक्ष करतात, का त्यांना वर्तमानातील परिस्थितीला सामोरे जायचेच नाहीये?

लोक न्यायासाठी आकांत करत आहेत. 'राजनिवास' हा त्यांच्यासाठी आशेचा अखेरचा किरण बनत आहे. मुक्तद्वार संकल्पनेनुसार, पुदुच्चेरीला न्याय, सचोटी व उत्तम शासन व्यवस्थेची गरज आहे. हे त्यांना कसे मिळणार आहे? हे त्यांना कोण देणार आहे? त्यांच्यासाठी कोण आवाज उठवणार आहे? हे काम कुणी 'प्रेक्षक' करू शकणार नाहीये, तर अशी व्यक्ती करू शकणार आहे जिला मनापासून या लोकांबद्दल आत्मीयता आहे. जी त्यांची नि:स्वार्थ भावनेने सेवा करते. जी पदांपेक्षा लोकांना अधिक महत्त्व देते.

पाणी ही जीवनातली मूलभूत गरज आहे. त्यामुळे लोकांना पुरेसे पाणी मिळण्यासाठी प्रयत्न करणे हे नेत्याचे काम आहे, या विचारातून डॉ. बेदींनी पुदुच्चेरीला 'जलसमृद्ध' बनवण्याचे आव्हान स्वीकारले.

जलसमृद्ध पुदुच्चेरी

विचारधन

नेतृत्व

“मी एकटी जग बदलू शकत नाही, पण मी पाण्यावर अनेक तरंग उमटवण्यासाठी त्यावर खडा तरी मारू शकते,” असे मदर तेरेसा यांनी म्हटले आहे. ज्या क्षणी नेतृत्वाच्या लक्षात येते, की परिवर्तन आवश्यक आहे आणि सद्य:स्थितीत उद्देश पूर्ण होत नाहीये, त्या क्षणी ते परिवर्तनाची लहर आणण्यासाठी तरंग निर्माण करते. अशा वेळी नेतृत्व धोका पत्करते आणि असे तरंग निर्माण करायला सुरुवात करते. ते वेळ दवडत नाही, तर ते शक्य तितकी तत्पर संधी टिपते आणि तरंग उमटवण्यासाठी पहिला खडा फेकते.

– किरण बेदी.

डॉ. बेदींनी आठवी प्रभातफेरी सुरू केल्यानंतर त्यांनी मंदिरालगतच्या कुंडांना भेट दिली होती, त्या वेळी त्या म्हणाल्या होत्या, “मी पुदुच्चेरीसाठी जर काही वारसा मागे ठेवणार असीन, तर तो म्हणजे पाणी.”

त्यांनी तलाव, तळी व खेड्यांना भेटी दिल्यावर त्यांच्या लक्षात आले, की पुदुच्चेरी पाण्याविना तहानलेली आहे. त्यांनी जेव्हा कालव्यांना भेटी दिल्या तेव्हा तिथले भयंकर वास्तव पाहून त्यांचे डोळे उघडले. हे सगळे कालवे झाडाझुडपांनी गच्च भरून गेले होते. पावसाळा सुरू होण्याआधी हा सगळा गाळ काढून ते स्वच्छ करणे गरजेचे होते. सार्वजनिक बांधकाम विभागाकडे यासाठी पुरेसा निधी नव्हता. म्हणून डॉ. बेदींनी समाजाला मदतीची हाक दिली. तिहार तुरुंगाचे रूप पालटण्यासाठी त्यांनी समाजाची मदत घेतली होती, तसाच प्रयोग त्यांनी इथेही केला. त्याला प्रचंड प्रतिसाद लाभला आणि शहरी भागातल्या व खेड्यातल्या बऱ्याच कालव्यांमधला गाळ काढून ते स्वच्छ करण्यात आले. त्यानंतर पावसाळ्यात शहराला पुराचा तडाखा बसला नाही किंवा खेडीही पाण्याखाली गेली नाहीत. उलट त्यांनी शेतीसाठी

पाण्याचा वापर करून घेतला.

डॉ. बेदींनी सामाजिक सहभागाचे एक ऐतिहासिक 'मॉडल' तयार केले आहे आणि पुदुच्चेरीला जलसमृद्धीच्या मार्गावर नेऊन ठेवले आहे, ज्याचा सकारात्मक परिणाम नक्कीच दिसेल आणि त्यांनी दिलेला हा वारसा पुढे नेण्याचे भावी नेतृत्वांना व समाजाला प्रोत्साहन लाभेल हे नक्की.

@TheKiranBedi : पुदुच्चेरीला जलसमृद्ध करण्याच्या दृष्टीने, आम्ही जलाशय, कालवे व तलाव यामधील गाळ काढून ते स्वच्छ करण्याच्या कामासाठी सहयोगी मॉडल बनवण्याचा प्रयत्न करत आहोत. संबंधित विभाग देणगीदाराला जेसीपी यंत्रणा पुरवणाऱ्या ठेकेदाराशी जोडून देईल. देणगीदाराने थेट पुरवठादाराला पैसे द्यायचे आहेत. हे सर्वांसाठीच लाभदायक मॉडल आहे... अ विन विन मॉडल. यासंदर्भात चौकशी करण्यासाठी १०३१ या क्रमांकाला सत्वर कॉल करा.

२४ सप्टेंबर २०१८

त्यांच्या 'जलसमृद्ध पुदुच्चेरी'विषयक ब्लॉगमधील काही अंश

ज्या ठिकाणी आवश्यक असेल त्या ठिकाणी सुधारणा घडवण्यासाठी ज्या गोष्टी बदलाव्या लागतील त्या बदलणे हे प्रत्येक सरकारी अधिकाऱ्याचे कर्तव्य आहे. प्रशासकीय जबाबदाऱ्या सोपवल्या जाण्यामागे हेच कारण असते. जर ती व्यक्ती समस्यांवर मार्ग देऊ शकत नसेल, तर ती अधिकारी म्हणून अपयशी आहे.

उदाहरणादाखल सांगायचे तर, आमच्याकडचे ८६ किलोमीटरचे पाण्याचे कालवे स्वच्छ करण्यासाठी सरकारी अंदाजपत्रकात निधी नव्हता आणि पावसाळा तर तोंडाशी होता. आमच्याकडचे तलाव व जलाशय कोरडे ठणठणीत होते आणि जलस्तर खाली निघाला होता. अशा परिस्थितीत जबाबदार सरकारी अधिकाऱ्यांनी काय केले पाहिजे?

शरणागती पत्करून ही समस्या आहे तशी सोडून द्यायची, का ती सोडवण्याचे काही उपाय अथवा पर्याय शोधायचे?

आम्ही त्यावर उपाय शोधले. आम्ही सोशल मीडियावर लोकांना आवाहन केले आणि लोकांनी त्याला प्रचंड प्रतिसाद दिला. कारण त्यांनाही जलसमृद्ध

पुदुच्चेरी पाहायचे आहे. सरकारी अधिकारी म्हणून आम्हाला रोज निर्णय घ्यावे लागतात. बदल घडवल्यामुळे विरोध झाला तरीही.

हा बदल जनतेचा सेवक स्वत:साठी घडवत नसतो, तर बहुसंख्यांच्या भल्यासाठी घडवत असतो. आज हे ध्येय पूर्ण झाले आहे. याचे श्रेय आमचे संयुक्त प्रयत्न व सामाजिक पाठिंब्याला आहे. आता पाऊस चांगला झाला, की पुदुच्चेरीत आगामी काळात शेती, उद्योग, स्वच्छता व घरगुती वापरासाठी मुबलक पाणी उपलब्ध होईल. जे लोक धडधडीत खोट्या गोष्टी सांगत होते, त्यांनासुद्धा त्याचा लाभ होईल.

उद्देश साध्य झाला आहे.

पण या गोष्टीलासुद्धा विरोध झाला. त्यांच्या कार्यालयावर निधीच्या गैरवापराचा आरोप झाला, पण त्यांनी अगदी स्वच्छ सांगितले, की राजनिवासने केवळ समन्वयक म्हणून काम केले आहे आणि देणगीदार थेट ठेकेदाराला पैसे देत होता.

त्यांच्या अथक प्रयत्नांमुळे, आज पुदुच्चेरीमध्ये गाळ काढलेले, स्वच्छ-सुंदर पाण्याचे कालवे आहेत.

@TheKiranBedi : ''अज्ञानाला नेहमीच बदलाची भीती वाटते''
– पंडित जवाहरलाल नेहरू
१४ ऑक्टोबर २०१८

मित्रहो,

आज माननीय मुख्यमंत्र्यांनी प्रसिद्ध केलेल्या निवेदनावरून ते 'त्यांची स्वत:ची' पुदुच्चेरी जलसमृद्ध झाल्याचे पाहून अतिशय खूश झाल्याचे दिसते आहे... ते या कामासाठी निधी पुरवू शकले नाहीत, तरीही आजवर दुर्लक्षित असलेले अत्यंत प्राचीन, ८३ किमी लांबीचे, झाडाझुडपांनी तुंबलेले पाण्याचे कालवे स्वच्छ झाले आहेत. या कालव्यांमुळे प्रमुख जलाशय, ८४ तलाव व ६०० तळी यंदाचा पावसाळा संपेपर्यंत भरली आहेत.

पुदुच्चेरीला जलसमृद्ध करण्यामागे केवळ त्यांची अत्यंत आत्मीय सहृदयता होती. प्रश्न पाण्याच्या कालव्यांतील गाळ उपसण्याचा असो, की सणासुदीला भेटवस्तू देण्याचा विषय असो, त्यांच्या आर्थिक अधिकारांबद्दल कायमच प्रश्न उपस्थित केले गेले आहेत, पण विवेकपूर्ण आर्थिक विनियोगाबाबत त्या नेहमी ठाम आहेत.

विवेकपूर्ण आर्थिक विनियोग

विचारधन

नेतृत्व

विश्वासार्ह नेता असणे ही सामाजिक संपत्ती असते. विश्वासार्ह नसलेला नेता हे समाजासाठी लोढणे असते. विश्वासार्ह नेता लोकांच्या गरजा भागवतो. विश्वासार्ह नसलेला नेता आधी स्वत:चा लाभ बघतो, मग लोकांचे दिवाळे वाजले व ते परावलंबी झाले तरी त्याला फरक पडत नाही.

– किरण बेदी

नायब राज्यपाल पदावर काम करत असताना, डॉ. बेदी यांच्यासमोर आलेले एक सर्वांत मोठे आव्हान म्हणजे विवेकपूर्ण आर्थिक विनियोग.

''मी जेव्हा हा पदभार स्वीकारण्यास मान्यता दिली, तेव्हा मला माननीय पंतप्रधान महोदयांनी आर्थिक बाजू उत्तमरीत्या सांभाळायची एवढीच गोष्ट सांगितली होती आणि मी त्यांना ते करण्याचे वचन दिले होते,'' डॉ. बेदी म्हणतात. त्यांनी त्यांच्या तीन वर्षांच्या कार्यकालात हे वचन पूर्णत: पाळले आहे.

राजनिवासकडे पाठवण्यात आलेल्या कोणत्याही फाइलवर निधी उपलब्ध आहे का हे पाहिल्याखेरीज स्वाक्षरी झालेली नाही आणि पोंगलच्या दरम्यान सर्वांसाठी भेटवस्तू देण्याच्या मागणीसारख्या मागण्याही मान्य करण्यात आलेल्या नाहीत, हा डॉ. बेदी व मुख्यमंत्र्यांमध्ये वादाचा मोठा मुद्दा बनला होता. पुदुच्चेरीवर प्रचंड कर्ज आहे आणि त्या कर्ज कमी करण्याच्या दृष्टीने विवेकपूर्ण आर्थिक विनियोग करण्यासाठी अथक परिश्रम घेत आहेत.

साहाय्यता अनुदान या विषयातही त्यांनी प्रचंड आव्हानांना तोंड दिले आहे, पण त्यांनी हार मानली नाही. त्या विवेकपूर्ण आर्थिक विनियोगासंदर्भात नियम व ते पाळण्याची आवश्यकता सांगत राहिल्या आहेत. त्या केवळ वर्तमानाचाच नव्हे तर

भविष्याचाही विचार करून लोकांच्या गरजा भागवण्यासाठी विश्वासार्ह नेता म्हणून काम करत आहेत.

@TheKiranBedi : साहाय्यता अनुदान खऱ्या अर्थाने सशर्त व कामगिरी केंद्रित असले पाहिजे. त्यामुळे मर्यादित निधी दुसरीकडे वळवण्यास आळा बसेल तसेच मागच्या दाराने केल्या जाणाऱ्या अनियमित भरतीलाही प्रतिबंध होईल. विभागप्रमुखांनी अनुदान देण्याआधी या बाबींची पूर्तता झाल्याचे प्रमाणपत्र द्यावे.
#Prosperous Puducherry

२५ सप्टेंबर २०१८

ब्लॉग

आजच्या बातम्यांमध्ये (आत्तापर्यंत इंग्रजी आवृत्त्या वाचल्या आहेत, बाकीच्या अजून वाचायच्या आहेत) प्रशासक कार्यालयातर्फे दिल्या गेलेल्या आर्थिक मंजुरी व धोरणविषयक मंजुरीबाबत माननीय मुख्यमंत्र्यांचे आकांडतांडव आहे.

वस्तुस्थिती अशी आहे, की साहाय्यता अनुदान व धोरणविषयक मंजुरी कायद्यातील तरतुदींनुसार आणि सर्वसाधारण आर्थिक नियमावली व 'बिझनेस रूल्स' नुसार दिले जाते.

आणि या नियमांचे पालन करणे ही मुख्य सचिव व त्यांच्या सचिवांची जबाबदारी असते.

'बिझनेस रूल्स'मधील Rule ५९ (प्रकरण सहा) पाहा.

त्यामध्ये म्हटले आहे :

"मुख्य सचिव व संबंधित खात्याचे सचिव यांच्यावर या नियमांच्या काटेकोर पालनाची जबाबदारी असते..."

त्यामुळे माननीय मुख्यमंत्री महोदय व सचिवालय प्रत्येकवेळी प्रशासकीय कार्यालयाकडे फाइल मंजुरी व मान्यतेसाठी पाठवते, कारण ते नियमांनुसार आवश्यक आहे.

त्यामुळे नायब राज्यपालांच्या सचिवालयाकडे फाइल आली, की तिचे प्रशासकाद्वारे स्वतंत्र परीक्षण होणे आवश्यक असते.

मान्यता अथवा मंजुरी देताना हे गृहीत असते.

दीर्घकाळ चालत आलेली समस्या अशी आहे, की नायब राज्यपाल हा केवळ रबरी शिक्का असतो अशी माननीय मुख्यमंत्री महोदयांची ठाम धारणा आहे... त्यांनी दिलेल्या कोणत्याही प्रस्तावाला अनुमोदन देणारा रबरी शिक्का.

मग फाइल तरी कशाला पाठवायची?

तुमच्याच कार्यालयात एक रबरी शिक्का ठेवा आणि तो तुमचा तुम्हीच मारून घ्या.

एकीकडे, माननीय मुख्यमंत्री फाइल पाठवतात आणि दुसरीकडे, त्या बाबतचा निर्णय त्यांच्या इच्छेनुसार झाला नाही, की ते तीव्र आक्षेप घेतात व तक्रार करतात.

निर्णयाबाबत आधीच अपेक्षा ठेवून कुणी फायली पाठवू शकत नाही.

खेदाची बाब आहे, की माननीय मुख्यमंत्री महोदयांची फक्त त्यांना समर्थन देण्याची अपेक्षा असते, त्यांना स्वतंत्र विचार करणारी व्यक्ती नको असते, तसेच त्यांना अनुकूल असेल अशाच निर्णयाची अपेक्षा असते, मग त्यामुळे आर्थिक वा प्रशासकीय नियमांचा भंग होत असला तरीही.

मग पुदुच्चेरीच्या नायब राज्यपालांना 'प्रशासक' का म्हटले आहे?

माननीय मुख्यमंत्री महोदय जे कायद्याच्या दृष्टीने व नैतिकदृष्ट्याही योग्य नाही त्याची अपेक्षा करतात, तसेच जे पुदुच्चेरीसाठी सध्या अथवा भविष्यात, हिताचे.

माननीय मुख्यमंत्री महोदय कायद्याच्या दृष्टीने व नैतिकदृष्ट्याही योग्य नसलेल्या गोष्टींची आणि पुदुच्चेरीच्या हिताच्या नसलेल्या– आत्ता अथवा भविष्यात-गोष्टींची अपेक्षा करतात या गोष्टीचे मला वाईट वाटते.

डॉ. बेदी अशा नेता आहेत, ज्या त्यांच्या प्रत्येक मिनिटाचे मोल जाणतात, तसेच टीम वर्कच्या सामर्थ्याचेही. त्यामुळे त्या त्यांच्या टीमला प्रत्येक मिनिटाचा पुरेपूर वापर करण्याच्या दृष्टीने आणि सर्वोत्तम फलनिष्पत्ती साध्य करण्यासाठी एक टीम म्हणून काम करण्यासाठी मार्गदर्शन करतात.

वेळाचे व टीम वर्कचे महत्त्व

विचारधन

नेतृत्व

नेते त्यांच्या स्वतःच्या व इतरांच्याही वेळाला महत्त्व देतात. ते योजना आखतात व त्या प्रत्यक्षात साकार करतात. ते जो कृती-कार्यक्रम आखतात व ज्या उपक्रमात सहभागी होतात, त्यामागे कारण असते. त्यांचे स्फूर्ती-स्रोत असतात. ते विखारी मैत्रीबंध जपत नाहीत. ते वेळेच्या मर्यादेत व ते जे उपक्रम घेतात त्यातून ऊर्जा निर्माण करतात.

– किरण बेदी

डॉ. बेदी यांनी कायमच वेळाला महत्त्व दिले आहे आणि प्रत्येक क्षणाचा सदुपयोग केलेला आहे. राजनिवासमध्ये त्यांचा दिवस सकाळी १० वाजताच्या बैठकांनी सुरू होतो. त्यांनी पदभार स्वीकारल्याबरोबर त्यांनी सर्वप्रथम ज्या गोष्टी केल्या, त्यामध्ये त्यांनी सकाळी दहाची टीम अथवा 'राजनिवास टीम' स्थापन केली. ही टीम दररोज एकत्र येऊन कामाचे नियोजन, वृत्तपत्रांतील कात्रणांचा आढावा, तक्रारींची दखल व इतर बरेच काम करणार होती. यातूनच राजनिवासची सोशल मीडिया टीमही तयार झाली आणि आजअखेर, डॉ. किरण बेदी स्वतः त्यांच्या व्हॉट्सॲप ग्रूप्सच्या माध्यमातून नेहमी संपर्क साधतात. तसेच त्यांच्या सर्व सोशल मीडिया हॅन्डल्सवर राजनिवासमध्ये घडणाऱ्या सर्व उपक्रमांची अद्ययावत माहिती असते.

त्यांच्या सोशल मीडियाच्या वापराला तीव्र विरोध झाला. जानेवारी २०१७ मध्ये माननीय मुख्यमंत्र्यांनी 'समृद्ध पुदुच्चेरी' ग्रूपची मुस्कटदाबी करण्याचा प्रयत्न केला. पण मॅमना सोशल नेटवर्किंगची ताकद उपयोगात आणण्यापासून कुणीही रोखू शकले नाही, ही बहुधा त्यांच्या जबरदस्त सामर्थ्यापैकी एक गोष्ट आहे. त्या अतिशय उत्तम संवाद साधतात आणि त्या दररोज जे ब्लॉग लिहितात, ते याची साक्ष देतात.

@TheKiranBedi : प्रमुख अधिकाऱ्यांचे 'समृद्ध पुदुच्चेरी' व्हॉट्सॲप ग्रूप्स त्यामार्फत त्यांची कामगिरी 'शेअर' करत होते आणि लोकांच्या तक्रारींची ताबडतोब दखल घेत होते. त्याचा आवाज का बंद करायचा?

५ जानेवारी २०१७

@TheKiranBedi : जेव्हा नेतृत्वाला काही गोष्टी करून घ्यायच्या असतात, तेव्हा तो माहितीच्या आदानप्रदानाला प्रोत्साहन देतो. जेव्हा त्याला सगळे नियंत्रण व अवलंबित्व हवे असते, तेव्हा तो लोकांना विभाजित व माहितीपासून वंचित ठेवतो.

५ जानेवारी २०१७

'एनडीटीव्ही'साठी सोशल मीडिया ब्लॉग

मी पुदुच्चेरीच्या नायब राज्यपालपदाची जबाबदारी स्वीकारल्यानंतर माझ्या मनात सर्वप्रथम आलेला विचार म्हणजे लोकांची सेवा करणारे सर्व विभाग एका सूत्रात कसे गुंफायचे, कारण सरकार ही एकच संस्था असते.
जरी प्रत्येक विभागाची विशिष्ट कामे असली, तरी त्याची कामगिरी इतर विभागांशी परस्परसंबंधित असते, आणि ती परस्परावलंबीही असते.
पूर्वी, माहितीचे आदानप्रदान टपाल सेवेमार्फत होत असे. माहितीसाठी एकमेकांना कागदपत्रांच्या प्रती पाठल्या जात असत. हार्ड कॉपीज. त्यातील काही वाटेत गहाळ होत असत. त्यातील मजकूर कधी वाचला जाईल हे खात्रीने सांगता येत नसे! पुढे हे आदानप्रदान ई-मेलने होऊ लागले – व्यक्तिशः एका व्यक्तीला अथवा ग्रूप मेल्सद्वारे. त्यामध्ये प्रतिसाद किती जलद येईल याची खात्री नसते/ नव्हती.
लक्षात ठेवा, उत्तम शासनव्यवस्थेसमोरील आव्हान असते ते तत्पर कृती करण्याचे व ती जलद करण्याबाबतच्या संवेदनक्षमतेचे. गेल्या दशकात 'ब्लॅकबेरी'च्या साहाय्याने सगळ्या गोष्टी लक्षणीयरीत्या बदलल्या आणि त्यानंतरच्या काळात स्मार्टफोन्स आले. पण सरकारी अधिकारी त्याचा मोठ्या प्रमाणात वापर करत होते का? जोडले जाण्यासाठी उपयुक्त ठरणाऱ्या या नव्या सुविधेचा व स्मार्टफोन्सचा वापर सरकारी खात्यांत मोठ्या प्रमाणात होत होता का? या बाबतीत एकूण वृत्ती 'कशाला आणखी काम वाढवा?' अशी होती. कशाला स्वतःला २४ X ७ अडकवून घ्यायचे?

मला आठवते, मी जेव्हा संयुक्त राष्ट्रसंघात एका कामगिरीवर होते तेव्हा मला पहिल्यांदा मिळालेले उपकरण... ब्लॅकबेरी मोबाइल फोन. या गोष्टीला दहा वर्षे झाली. त्यानंतर या दोन गोष्टी वेगवेगळ्या झाल्या. त्या वेळी थ्रीजी आलेले नव्हते.

त्यानंतर आपण झर्रकन पुढे जाऊ या... फास्ट फॉरवर्ड. हे सगळे किती बदलले आहे. सर्वांत जलद ठरले आहे ते व्हॉट्सअ‍ॅप हे अ‍ॅप्लिकेशन .म्हणून मी त्याचा जास्तीत जास्त उपयोग करायचे ठरवले.

आम्हाला सर्वप्रथम सर्व विभागप्रमुखांना एका मंचावर आणण्याचे काम करायचे होते, ज्यायोगे आम्ही परस्परांशी संपर्क दोन किंवा त्यापेक्षा जास्त व्यक्तींचा एकाचवेळी संपर्क साधू शकणार होतो व संवाद स्थापित करू शकणार होतो. या माध्यमातून परस्परांशी 'चॅट' करू शकणार होतो. औपचारिक डिनर वगैरे न ठेवता परस्परांशी मैत्री करू शकणार होतो.

आम्ही सचिव व विभागप्रमुखांना एकत्र आणल्यानंतर, त्यांनी या ग्रूप्सवर आपापली युनिट्स आणली. अशाप्रकारे मोठ्या वर्तुळातून आतली वर्तुळे तयार झाली आणि त्यानं तर संबंधित ग्रूप्सची अंतर्गत वर्तुळे तयार झाली. अशाप्रकारे आम्ही चक्रांमध्ये चक्रे तयार केली...

परस्परव्याप्त व संलग्न.

त्यामुळे आम्हाला माहितीचे आदानप्रदान अत्यंत ताकदीने करता येऊ लागले. बैठकीच्या नोटिसा, बैठकीचे इतिवृत्त, बातम्यांच्या क्लिप्स, प्रवास व दौऱ्याची टिपणे असे बरेच काही. आता तर कामगिरीच्या यशस्वितेबद्दल शेअर करण्यासाठी मंच उपलब्ध झाला, जो आतापर्यंत उपलब्ध नव्हता. सर्वांत महत्त्वाची गोष्ट.

व्हॉट्सअ‍ॅप वरील संभाषण गहाळ होऊ नये म्हणून आम्ही या ग्रूप्सवरील साहित्य सर्वांना ई-मेलने फॉरवर्ड करायचो. मग ते लोक त्याचा उपयोग फाइलच्या औपचारिक प्रक्रियेत करू शकायचे. अशाप्रकारे काही आठवड्यांतच सगळा कारभार सूत्रबद्ध झाला.

मात्र सर्वांत मोठी क्रांती घडली ती तक्रार निवारणासाठी स्थापन केलेल्या ग्रूप्समुळे. ट्वीटर, फेसबुक अथवा टेक्स्ट मेसेजद्वारे किंवा सोशल नेटवर्कसपैकी दुसऱ्या कुठल्या स्रोताकडून व्हॉट्सअ‍ॅपवर शेअर केलेल्या अंशाद्वारे येणाऱ्या मेसेजला ताबडतोब उत्तर दिले जात आहे.

त्यांना सर्व आघाड्यांवर सतत जो राजकीय विरोध होत होता, तो कळसाला पोहोचला... माननीय मुख्यमंत्र्यांनी राजनिवाससमोर धरणे धरले तेव्हा हे धरणे आंदोलन सहा दिवस चालले होते.

कायद्याच्या नियमांचे पालन : लोकशाहीची हत्या नामनिर्देशित आमदारांचा विषय

विचारधन

नेतृत्व

लोकांना नेहमी कार्यमग्न नेतृत्व पाहायला आवडते. नेतृत्वाने आवश्यक असेल तिथे ठाम उभे राहिले पाहिजे. त्याने अखंड, अत्यंत ऊर्जा संपन्नतेने, एकाग्रचित्त होऊन काम केले पाहिजे.

– डॉ. किरण बेदी

जुलै २०१७ मध्ये डॉ. किरण बेदींनी केंद्र सरकारद्वारे नामनिर्देशित करण्यात आलेल्या तीन आमदारांना शपथ दिली. तेव्हा हा विषय त्यांच्या व पुदुच्चेरीतील लोकनियुक्त सरकारमधील संघर्षाचा मुद्दा ठरणार आहे याची त्यांना जराही कल्पना नव्हती.

त्यांनी त्याला 'लोकशाहीची हत्या' म्हटले... ते उपोषणाला बसले... त्यांनी पुदुच्चेरीत एक दिवसाचा बंद पुकारला... एवढेच नव्हे, तर हे प्रकरण थेट सर्वोच्च न्यायालयात गेले.

आमदारांचा अपमान करण्यात आला. त्यांना विधानसभेत प्रवेश करू दिला गेला नाही. त्यांना वेतन दिले नाही, पण ते त्यांच्या भूमिकेवर ठाम होते, कारण त्यांना डॉ. बेदींचा पाठिंबा होता. डॉ. बेदींनी अत्यंत स्पष्टपणे सांगितले, की त्यांनी नियमपुस्तिकेचे पालन केले आहे आणि नियमपुस्तिकेनुसार, नायब राज्यपाल म्हणून त्यांना या आमदारांना शपथ देण्याचा अधिकार आहे.

डिसेंबर २०१८ मध्ये सर्वोच्च न्यायालयाने आमदारांच्या बाजूने निकाल दिला. त्या आमदारांना शपथ देणे हे डॉ. बेदींचे कृत्य उचित होते.

@TheKiranBedi : कायद्याचे पालन ही 'लोकशाहीची हत्या' कधीपासून झाली? कायदा बघा. केंद्र सरकारला नामनिर्देशनाचा अधिकार आहे आणि नायब राज्यपालांना शपथ देण्याचा...!

६ जुलै २०१७

डॉ. बेदी यांनी नामनिर्देशित आमदारांबद्दल लिहिलेल्या ब्लॉगमधील काही अंश

कायदा जाणून घ्या... शंका दूर सारा

कायदा जाणून घेतला की शंकाकुशंका उरत नाहीत.

भारत सरकारतर्फे नियुक्त केलेल्या या तीन आमदारांनी नायब राज्यपाल कार्यालयाला लेखी स्वरूपात दिले, की त्यांनी शपथ देण्याची विनंती करून, ज्या संबंधित अधिकाऱ्यांकडे कागदपत्रे सादर केली ते पूर्णत: उदासीन असून उडवाउडवी करत आहेत. त्यामुळे त्यांना कधी बोलावले तरी जाईल का, याची त्यांना काहीच कल्पना नाही.

त्यांच्या विनंतीचा विचार करून, तसेच एकूण परिस्थितीचे मूल्यमापन करून आणि उपलब्ध माहितीचा अभ्यास करून शपथ देण्याचा व हे प्रकरण प्रलंबित न ठेवण्याचा निर्णय विचारपूर्वक घेण्यात आला. नाहीतर कायदा व सुव्यवस्थेचे प्रश्न निर्माण झाले असते आणि सामाजिक शांततेचा भंग झाला असता.

ऐतिहासिक धरणे

विचारधन
नेतृत्व

कधीकधी अशी परिस्थिती असते, ज्यात अभ्यासपूर्ण प्रतिसाद गरजेचा असतो. काही नेते जमिनीवर पाय रोवून राहण्याऐवजी आभाळात उंच भरारी घेण्याचा निर्धार करतात... ते पायदळी तुडवले जायला किंवा गृहीत धरले जायला तयार नसतात.

– डॉ. किरण बेदी

१३ फेब्रुवारी २०१९ डॉ. बेदी राजनिवासात काम करत असल्या तरी, माननीय मुख्यमंत्र्यांनी त्यांच्या मंत्रिमंडळासह तिथे येऊन धरणे धरले तेव्हा त्या बेसावध होत्या. राजनिवासाची घेराबंदी झाल्यामुळे त्या त्यांच्या वैयक्तिक कामासाठीसुद्धा बाहेर पडू शकत नव्हत्या. माननीय मुख्यमंत्र्यांनी नायब राज्यपालांना जे ३६ मुद्द्यांचे पत्र पाठवले होते, त्याचे त्यांना उत्तर हवे होते आणि त्यांच्या मागण्य मान्य झाल्याखेरीज त्यांनी तिथून न हलण्याचा पवित्रा घेतला होता.

पुढचे सहा दिवस नायब राज्यपालांच्या निवासस्थानाबाहेर जबरदस्त नाट्य सुरू होते. धरणे आंदोलनाला पाठिंबा देण्यासाठी देशभरातून नेते दाखल होत होते. त्यामुळे लोकांची व राजनिवासमधील कर्मचाऱ्यांची प्रचंड गैरसोय होत होती.

एका टप्प्यावर तर 'गांधी तिदल' येथे खुल्या चर्चेचे आयोजन करावे, म्हणजे जनता दोन्हीही बाजू ऐकू शकेल व काय उचित आहे ते ठरवेल, असेसुद्धा ठरले. हे धरणे आंदोलन मागे घेण्याची डॉ. बेदींनी अनेकदा विनंती केली, तरी ते सहा दिवस चालले, अखेर राजनिवास येथे झालेल्या प्रदीर्घ बैठकीत त्या पत्रातील सर्व मुद्द्यांवर चर्चा झाल्यानंतर या आंदोलनाची सांगता झाली.

@TheKiranBedi : आज राजनिवासाभोवती मुख्यमंत्री व त्यांच्या आंदोलकांचा वेढा होता. आमच्यापैकी कुणीही बाहेर पडू शकत नव्हते व कुणी अभ्यागत आत येऊ शकत नव्हते. कर्मचाऱ्यांनासुद्धा कार्यालयात परत जाऊ दिले गेले नाही. कायदा बनवणाऱ्यांनीच कायदा मोडला, अशी अत्यंत बेकायदेशीर परिस्थिती निर्माण झाली आहे. उद्याही काय होईल कोण जाणे.

१३ फेब्रुवारी २०१९

@TheKiranBedi : राजनिवासाबाहेर माननीय मुख्यमंत्र्यांनी सुरू केलेले धरणे संपले. माननीय मुख्यमंत्री, मंत्रिमंडळ, मुख्य सचिव व इतर सचिवांची भेट झाली. त्यामुळे मुद्द्यांबाबत अधिक स्पष्टता येण्यास मदत झाली. उद्या सकाळपासून पुदुच्चेरी सरकार पुन्हा कामकाजाला सुरुवात करेल याचा मला आनंद आहे. तसेच, राजनिवासमध्ये येऊ इच्छिणाऱ्या अभ्यागतांसाठी राजनिवासकडे येणारा मार्ग खुला असेल.

१८ फेब्रुवारी २०१९

ऐतिहासिक धरणे आंदोलनाबद्दल त्यांनी लिहिलेल्या ब्लॉगमधील काही अंश

'माय ब्लॉग ऑफ द डे'

माननीय मुख्यमंत्र्यांनी ७ फेब्रुवारी रोजी मला पाठवलेल्या पत्रात त्यांनी उपस्थित केलेल्या सर्व मुद्द्यांबद्दल 'गांधी तिदल' येथे (हे ठिकाण माननीय मुख्यमंत्र्यांनीच सुचवले आहे) खुली चर्चा आयोजित करण्याबाबतची माझी सूचना माननीय मुख्यमंत्र्यांनी स्वीकारल्याचा मला आनंद आहे. या चर्चेमुळे सर्वसामान्य जनतेला दोन्ही बाजूंची मते ऐकता येतील. अशा प्रकारच्या चर्चासत्रामुळे मतदारसंघात पारदर्शी व्यवस्थेला चालना मिळेल. अशा 'टाउन हॉल सिस्टिम'मुळे लोकशाही तळागाळापर्यंत पोहोचते आणि अशा मंचामुळे सर्व विभागांच्या प्रशासनाची स्थिती लाभार्थी व सर्वसामान्य जनतेला नियमित स्वरूपात कळते.

अशा चर्चेद्वारे अर्थ विभागाचे सचिव लोकांना अंदाजपत्रक, सरकारी निधीबाबतची प्रत्यक्ष स्थिती आणि ते निधी कुठे वापरले याबद्दलची

माहिती देऊ शकतील. यामध्ये कोणत्या उणिवा राहिल्या व त्यासंदर्भात काय करता येईल? अशा चर्चेत त्या त्या विभागाचे मंत्री व ते विभाग आर्थिक स्थिती व विभागाच्या धोरणांबद्दल माहिती देतील.

नायब राज्यपालांच्या कार्यालयातर्फे दर आठवड्यात फायलींच्या निर्गतीबाबत जाहीर केले जात असतेच. ती माहिती आता 'रिअल टाइम बेसिस'वर दिली जाऊ शकते. याचा तक्रार निवारण, फीडबॅक, तसेच पुनर्परीक्षण व भविष्यातील आरोप यासंदर्भात दीर्घकालीन फायदा होईल. आता फक्त माहिती एकतर्फी मिळते.

लोकशाही तळागाळापर्यंत पोहोचण्यासाठी 'गांधी तिदल' इतके उत्तम ठिकाण दुसरे कोणते असेल! त्यामुळे जनतेला प्रमाणित माहिती मिळेल. जर हा प्रयोग यशस्वी झाला, तर पुदुच्चेरी एका नव्या शासनव्यवस्थेचे राष्ट्रीय मॉडल देऊ शकेल.

डॉ. बेदी अजूनही रोज १८ ते १९ तास काम करतात आणि या अपार मेहनतीनेच त्यांना करिअरमध्ये या टप्प्यावर पोहोचवले आहे. सार्वजनिक क्षेत्रातील अधिकाऱ्यांसाठी त्यांनी मेहनत या शब्दाची जी व्याख्या केली आहे, ती खरोखर अनुसरण्याजोगी आहे.

डॉ. किरण बेदींची 'कठोर मेहनत' या मुद्द्यावरील मते

या सगळ्या गोष्टींमुळे त्या अद्वितीय नेता बनल्या आहेत. ज्या तरुणींसाठी त्या आदर्श व स्फूर्तिस्थान आहेत, त्यांच्या मनात येते – किरण बेदी बनायला काय लागते?

खऱ्या द्रष्ट्या नेता

विचारधन

नेतृत्व

नेतृत्वस्थानी असलेल्या व्यक्ती बातमीपत्रांच्या भुकेल्या असतात. ते सर्व स्रोतांमार्फत बातम्या, संपादकीय मिळवत असतात. या व्यक्ती बातम्या ऐकण्यासाठी वेळ काढतात. या व्यक्ती बरेचदा बातम्या ऐकताना 'मल्टीटास्किंग' करतात. उदाहणार्थ बातम्या ऐकत जिममध्ये व्यायाम करतात.

– डॉ. किरण बेदी

मी डॉ. बेदी यांच्या नायब राज्यपाल पदाच्या तीन वर्षांच्या कार्यकालाचा विचार केला. तसेच, त्यांचे नेतृत्व... त्यांनी उच्चपदस्थ पोलीस अधिकारी ते सामाजिक कार्यकर्ती ते आता घटनात्मक पद भूषविण्यापर्यंत त्यांच्या वाटचालीचा आढावा घेतला, तेव्हा माझ्या लक्षात आले, की समाजासाठी काम करण्याची आंतरिक ओढ हीच त्यांची प्रेरणा आहे आणि ऊर्जासंपन्न राहण्यासाठी रोज सकाळी त्यांचा जो शिरस्ता आहे तो अनुकरणीय आहे. त्या रोज सकाळी 'स्टेपर'वर व्यायाम करतात, वृत्तपत्रांचे वाचन करतात, ट्वीट करतात, सकाळचा चहा घेतात... आणि हे सगळे त्या एकाच वेळी करतात. मी त्यांची अफाट ऊर्जा पाहून भारावून जाते.

कधीकधी त्या त्यांच्या टीमला बोलावून घेऊन कल्पना सांगतात. अशावेळी सकाळचा तो वेळ हा दिवसभरातील सर्वांत सर्जनशील कालावधी ठरतो. त्या संपूर्ण दिवसभर स्वतःला ऊर्जासंपन्न ठेवतात. तुम्ही दिवसभरात कुठल्याही वेळी त्यांच्या कार्यालयात जाऊन बघा, त्या सदैव ताज्या-टवटवीत असतात, उत्साहाने कल्पना मांडत असतात, अधिकाधिक काम करण्यास सदैव तयार असतात, समाजासाठी काहीतरी महत्त्वपूर्ण घडवण्यास व ज्या उद्देशासाठी त्या इथे आहेत तो पूर्ण करण्यासाठी उत्सुक असतात.

पण त्यांचे व्यक्तिमत्त्व अशाप्रकारे कसे घडले आहे? त्या 'द किरण बेदी' कशामुळे बनल्या आहेत - सहृदयता व परानुभूतीचे मूर्तिमंत उदाहरण व खऱ्या द्रष्ट्या नेता?

विभाग - ब

प्रेरणादायी सूत्र

या पुस्तकाच्या पहिल्या भागाचे काम पूर्ण झाले. तेव्हा मला आणखी खोलवर बुडी घेऊन, डॉ. किरण बेदी यांनी नायब राज्यपाल म्हणून कशाप्रकारे काम केले आहे याबद्दल जाणून घ्यावेसे वाटले... त्यांनी सुरू केलेल्या चांगल्या प्रथा, त्यांनी प्रोत्साहन दिलेल्या गोष्टी यांबद्दल आणि त्यांचा केवळ राजनिवासाची कार्यपद्धती अधिक सुधारण्यासाठीच उपयोग झाला नाही, तर वेगवेगळ्या श्रेणीतील व अधिकारपदांवरील अधिकाऱ्यांना त्यांच्या कार्यालयातील कार्यपद्धती सुधारण्यासाठीसुद्धा कशाप्रकारे झाला याबद्दलही अधिक जाणून घ्यावेसे वाटले.

त्या अशा नेता आहेत, ज्यांचा टीम वर्क, पारदर्शिता, सहयोग, सुसंवाद आणि सर्वांत महत्त्वाचे, पदानुक्रम ओलांडणे व सर्वांसाठी उपलब्ध असणे या गोष्टींवर दृढ विश्वास आहे.

"मी नायब राज्यपालपदाची सूत्रे हाती घेतली, तेव्हा माझ्या लक्षात आले, की राजनिवासमध्येसुद्धा माझ्याकडे एकत्र मिळून काम करणारी टीम नाहीये. स्वतंत्र व्यक्ती म्हणून प्रत्येकजण आपापल्या क्षेत्रात अत्यंत हुशार आहे. पण ते सगळे स्वत:चे स्वत: एकटे काम करत होते. त्या वेळी मी ठरवले, की सर्वप्रथम या सर्वांना एकत्र आणून, त्यांना एक टीम म्हणून एकत्र मिळून काम करण्यास प्रोत्साहित करायचे," डॉ. बेदी सांगतात. आणि अशाप्रकारे त्यांनी 'राजनिवास टीम' तयार केली.

त्यांच्या या टीममध्ये त्यांचे ओएसडी (माजी सचिव) थेवा नीती धस, खासगी सचिव आर. श्रीधरन, साहाय्यक सचिव एस. डी. सुंदरेसन, एडीसी एस. कार्तिगयन, लेखानियंत्रक श्रीमती आशा गुप्ता, जनसंपर्क अधिकारी जे. कुमारन आणि मुख्य तक्रार अधिकारी एस. भास्करन यांचा समावेश आहे. या टीमचे नेतृत्व स्वत: डॉ. बेदी करतात. ही टीम 'थिंक टँक' म्हणून काम करत आहे.

मी त्यांच्या कार्याने प्रभावित होऊन त्यांची मुलाखत घेतली, त्यात मी त्यांना या चांगल्या पद्धती कशाप्रकारे विकसित झाल्या असे तुम्हाला वाटते आणि तुम्हाला त्यांचा कशा प्रकारे लाभ झाला, असे विचारले.

त्यांच्याशी बोलताना माझ्या असे लक्षात आले की, यातून शासन-कारभाराचे एक उल्लेखनीय मॉडल तयार झाले आहे, जे फक्त सरकारेच नव्हे तर कोणतीही संस्था-संघटना सहज आत्मसात करू व स्वीकारू शकेल.

हे मॉडल टीम वर्क व पारदर्शितेवर आधारित असून, ते संपर्क व सहयोग यांच्या ताकदीवर चालते; आणि आपण इथे काही उद्देशाने आलो आहोत अशी धारणा असलेल्या नेतृत्वाची सहृदयता ही याची प्रेरक शक्ती आहे.

नेता म्हणून त्या त्यांना जे हवे आहे ते, त्यांचा ज्यावर विश्वास आहे त्या गोष्टी आणि त्या ज्या गोष्टी करतात त्या गोष्टी सूत्रबद्ध करतात आणि हेच त्यांच्या सचोटीचे प्रमाण आहे. त्यांची त्यांच्या कामाप्रति जी उत्कट भावना आहे त्यामागे सत्तेची भूक किंवा मानसन्मानांची हाव नाहीये, तर त्यामागे आहे कर्तव्याचे, तत्त्वांचे आणि ज्या उद्देशाने त्यांना हे पद दिले आहे त्या उद्देशाचे भान.

"हे माझे कर्तव्य आहे आणि मी त्यासाठी शंभर टक्के प्रयत्न केले पाहिजेत," अशी त्यांची ठाम धारणा आहे.

सहृदयी, तीक्ष्णबुद्धी, धाडसी अशा गुणवैशिष्ट्यांचा परिपूर्ण मिलाफ असलेले आणि आपला देश व समाज यासाठी नेहमी विशेष परिश्रम घेणारे हे नेतृत्व अत्यंत स्फूर्तिदायी आहे.

मी तुम्हाला या सर्व चांगल्या प्रथांचा परिचय करून देते व एका द्रष्ट्या नेतृत्वाच्या अनेक वर्षांच्या अनुभवातून तयार झालेले मॉडलही दाखवते. या मॉडलचे इतर सरकारे, विभाग कार्यालये व संस्थांनी अनुकरण केले, तर ते त्यांच्यासाठी लाभदायी ठरेल, असा डॉ. बेदींना विश्वास आहे.

मला ही संधी दिल्याबद्दल व या पुस्तकावर काम करत असताना प्रत्येक टप्प्यावर मला मार्गदर्शन केल्याबद्दल मी डॉ. किरण बेदींचे आभार मानते. त्यांच्या ७०व्या वाढदिवसाची भेट म्हणून जे काम हाती घेतले होते, त्यातून पुस्तक आकाराला आले आहे - शासन कारभार, नेतृत्व व त्यांची सहृदयता व औदार्य यांतून सुरू झालेल्या चांगल्या पद्धती यांबद्दलचे.

सर्वोत्तम पद्धती

मॉडल

- लोकांची टीम तयार करून 'थिंक टँक' बनवणे : राजनिवास टीमची स्थापना व सकाळी दहा वाजताची बैठक.
- मुक्तद्वार युगाचा आरंभ : राजनिवास लोकनिवास बनवणे.

  आशेचा किरण : मुक्तद्वार

  जिथे स्वप्ने साकार होतात : व्हिजिटर्स अवर

  चित्रपटांद्वारे प्रेरणा : चित्रपट मालिका

  थोरांचे विचार : नेतृत्व मालिका

  जेव्हा अधिकारी शिक्षक बनतात : व्याख्यानमाला

  गुणग्राहकता - संस्कृती : कला व संस्कृती मालिका

  एकात्म भावना : सण-उत्सव साजरे करणे

  भावी नेतृत्वाची जडणघडण : इंटर्नशिप्स/ प्रशिक्षण
- अडथळे ओलांडून पलीकडे जाणे : 'कम्फर्ट झोन' बाहेर पडणे - आठवड्याच्या अखेरीस प्रभाततफेरी
- मार्गदर्शनाच्या माध्यमातून प्रेरणा जागवणे
- व्यक्तिगत ज्ञानसंपादन : थेट भेट

  कार्यालयीन भेटींद्वारे ज्ञानसंपादन व मार्गदर्शन

  क्षमताशोध : स्व-मूल्यमापन चाचण्या

  – धोरणे ठरविणे व ध्येयनिश्चिती : आठवडी व मासिक आढावा बैठका

  वास्तवाबाबत खात्री करून घेण्यासाठी : अचानक/ गुप्त भेटी
- उपक्रम व ज्ञानवर्धक गोष्टी : संपर्क माध्यमे व तंत्रज्ञानाचा वापर.

  राजनिवास 'फोर्थ इस्टेट' : सर्जनशील टीम - सोशल मीडिया व दस्त ऐवजीकरण.

  विशिष्ट उद्देशासाठी संपर्काची सोय : 'समृद्ध पुदुच्चेरी' व्हॉट्सॲप ग्रूप

  सर्वोच्च पारदर्शिता : फाइल्सच्या निर्गतीबाबत आठवडी अहवाल.

जनसामान्यांशी संवाद : मासिक उपक्रम - नागरिकांना मासिक संदेश

- नेटवर्किंग
  - समाजाला परत देणे - राजनिवास पलीकडे...
  - सहयोग व सुधारणेकडे - मानवी संसाधनेचे सहयोजन
- सहृदय गुणग्राहकता
  - कृतज्ञता व्यक्त करणे : जलसमृद्ध - स्वच्छता ही सेवा पुरस्कार
  - सातत्यपूर्ण परिश्रमांची दखल : 'फ्रन्ट-रनर' पुरस्कार
  - अधिक चांगल्या कामगिरीसाठी प्रेरणा :
  - पोलीस व नगरपालिका कर्मचाऱ्यांसाठी आठवडी पुरस्कार
  - हरितदूतांना शाबासकी.

लोकांची टीम तयार करून 'थिंक टँक' बनवणे 'राजनिवास टीम'ची स्थापना व सकाळी १० वाजताची बैठक

विचारधन

नेतृत्व

तुम्ही स्वत: आरंभापासून सुरुवात करा. कुणीही स्त्री सुरुवातीपासूनच सर्वोत्कृष्ट नसते!

उत्तम नेते ज्ञानसंपादनाच्या संधी सतत शोधत असतात. ते त्यांच्या टीमचा आदर करतात व त्यांना त्या लोकांची कदर असते. आपल्याला आणखी शिकायचे आहे, जाणून घ्यायचे आहे हे कबूल करण्याचे धाडस त्यांच्यापाशी असते. म्हणूनच ते सदैव त्यांना थेट जाणून घेण्याचा प्रयत्न करत असतात व त्यादृष्टीने संधी निर्माण करत असतात.

– डॉ. किरण बेदी

@TheKiranBedi : # टीम राजनिवास @ 10 AM
पुदुच्चेरीची सेवा अधिक चांगल्याप्रकारे करण्यासाठी दररोज सकाळी १० वाजता ही टीम संकल्पना मांडते, वास्तव समजून घेते, योजना आखते, आढावा घेते, संपर्क साधते @ राष्ट्रपती भवन @ पीएमओ इंडिया

२५ मे २०१७

डॉ. किरण बेदींनी नायब राज्यपाल पदाची सूत्रे स्वीकारली, तेव्हा त्यांच्यासोबत पोलीस खात्यातील कामाचा चाळीस वर्षांचा अनुभव होता, आणि त्यांच्या प्रशासकीय कौशल्याच्या जोडीने त्यांची आपल्या देशाची सेवा करण्याची सच्ची तळमळ होती.

पोलीस अधिकारी असतानासुद्धा त्यांची धारणा होती की पोलीस असणे म्हणजे

शिक्षा करण्याचा अधिकार असे समजण्यापेक्षा पोलीस असणे म्हणजे गोष्टी सुधारण्याची ताकद, त्या रोखण्याची ताकद आणि गोष्टी करून घेण्याची ताकद होय.

इथेही नायब राज्यपाल म्हणून येताना त्यांची अशी धारणा होती, की आपण पुदुच्चेरीची सेवा करण्याचे व पुदुच्चेरी हा देशातील सर्वांत समृद्ध केंद्रशासित प्रदेश बनवण्याचे ध्येय उराशी बाळगून इथे आलो आहोत.

''मॅडमचा टीम वर्कवर अतिशय दृढ विश्वास आहे आणि नायब राज्यपालपदाची शपथ घेण्याआधीच त्यांनी सर्व सचिवांची बैठक घेऊन त्यांना प्रशासक म्हणून त्यांची काय व्हिजन आहे ती स्पष्ट सांगितली होती. त्या पोलीस अधिकारी असताना अनेक वर्षे ज्या पद्धती अनुसरत होत्या, त्याचेच इथे विस्तारित रूप आकाराला आले. त्यामुळे तंनी इथे सर्वप्रथम 'राजनिवास टीम' स्थापन केली व सकाळी दहा वाजताच्या बैठकीची पद्धत सुरू केली,'' त्यांचे भूतपूर्व सचिव व सध्या ओएसडी म्हणून कार्यरत असलेले थेवा नीती धस सांगतात.

इथे उद्धृत केलेल्या 'विचारधना'नुसार त्यांनी स्वत: आरंभापासून सुरुवात केली. या टीममधील सदस्यांना अधिक चांगल्याप्रकारे समजून घेण्यासाठी व त्यांना अधिक चांगल्याप्रकारे समजून घेण्याची संधी निर्माण करण्यासाठी, त्यांच्या सहयोगाने काम करण्यासाठी व त्यांना एक टीम म्हणून काम करण्यास प्रोत्साहित करण्यासाठी, त्यांनी सकाळी दहा वाजताच्या बैठकीची प्रथा सुरू केली.

''मॅम पोलीस खात्यात होत्या तेव्हापासून त्यांना सकाळच्या बैठका या संरचनेची सवय होती. बीपीआरडीमध्ये त्यांची अखेरची नियुक्ती झाली होती, तेव्हा त्या सकाळी ९ वाजता बैठक घेत असत, त्यामुळे त्या इथे नायब राज्यपाल म्हणून आल्या. तेव्हा त्यांनी संपूर्ण टीमला बोलावून घेतले आणि स्वत:ची ओळख करून दिली व त्यांनी कायम अशा सकाळच्या बैठकांची प्रथा अनुसरली असल्याबद्दल सांगितले. मग त्यांनी तुम्हाला कोणती वेळ सोयीची आहे असे सर्वांना विचारले. त्यांनी सकाळी दहाची वेळ सांगितली. अशाप्रकारे सकाळी १० वाजताच्या बैठकांची सुरुवात झाली,'' नायब राज्यपालाच्या भूतपूर्व ओसीडी डॉ. अमृता बहल सांगतात.

मे २०१६ पर्यंत राजनिवासातील विविध विभाग वेगवेगळ्या कप्प्यांत काम करत असल्यासारखे चित्र होते. ते सर्वजण क्वचितच भेटत असत... वर्षांतून एखाददुसऱ्या वेळी. प्रत्येक विभागाची स्वत:ची अशी कार्यशैली होती आणि तेथील विशेषज्ञ विशिष्ट कामे पार पाडत असत.

विभागांच्या अशा लंबस्तरीय रचनेत कामासंदर्भात समन्वय राखणे व बदल स्वीकारणे नक्कीच कठीण होते.

हा कप्प्यांचा अडसर व पदानुक्रमाची उतरंड मोडून काढण्याचा काहीही उपयोग होणार नाही हे डॉ. बेदी जाणून होत्या. त्यांनी हे कप्पे मोडून काढण्याचा प्रयत्न

करण्याऐवजी, त्या सर्वांना परिणामकारकपणे जोडण्याचा प्रयत्न केला आणि सकाळी दहा वाजताची बैठक हा त्या सर्वांना जोडणारा मंच ठरला.

सार्वजनिक सुट्ट्यांचे दिवस वगळता, ही बैठक रोज घेतली जाते आणि त्यामध्ये कोणत्याही महत्त्वाच्या चालू घडामोडीबाबत थोडक्यात माहिती दिली जाते.

हा उपक्रम अधिक प्रभावी बनवण्यासाठी डॉ. बेदींनी इतर विभागांसमवेत 'व्हर्च्युअल' बैठका घ्यायला सुरुवात केली.

या सकाळी १० वाजताच्या बैठकीमध्ये उद्देशाचे सुस्पष्ट पालन केले जाते, प्रत्येक प्रलंबित बाबीवर चर्चा केली जाते व त्याचा पूर्णत: पाठपुरावा केला जातो. या बैठकांमध्ये विविध मुद्दे व कल्पनांवर मंथन होते. या बैठकांचा उपयोग 'लेक्चर' देण्यासाठी किंवा माहिती वरून-खालपर्यंत पोहोचवण्यासाठी केला जात नाही. बैठकीत सहभागी होणारी प्रत्येक व्यक्ती समीक्षक असते, तसेच ती नवे आयाम देण्यास साहाय्य करते.

या सर्व बैठकांची संदर्भ व उत्तरदायित्व यासाठी व्यवस्थित नोंद ठेवली जाते.

''या बैठकीमुळे आम्हा सर्वांना आमची भूमिका अधिक चांगली समजण्यास मदत झाली, तसेच आम्हाला एकमेकांची बलस्थाने कळली, एकमेकांच्या कल्पना जाणून घेणे, सर्वांनी मिळून विचारमंथन करणे, प्रत्यक्ष अंमलबजावणी करणे व नियोजित कामाचा आढावा घेणे शक्य झाले,'' नीती धस म्हणतात.

सकाळी दहा वाजताच्या मीटिंगमध्ये समस्या जाणून घेणे, प्राधान्याचे विषय ठरवणे, प्रसारमाध्यमातील वृत्तांच्या कात्रणांचा आढावा घेणे व त्यानुसार कार्यवाही ठेवणे, तक्रारींवर व कामाच्या प्रगतीवर लक्ष ठेवणे आणि आदल्या दिवशी अथवा आदल्या बैठकीत समोर आलेल्या कामांसंदर्भात पाठपुरावा करणे व दिवसभराच्या कामकाजाची विषयपत्रिका तयार करणे.

''१० वाजताच्या बैठकीने कार्यसंस्कृतीला ताजेपणाचा व नवोपक्रमशीलतेचा स्पर्श घडवला. सुरुवातीला या बैठकांना इतर विभागांचे अधिकारी उपस्थित राहायचे. त्यानंतर आम्ही पुदुच्चेरीतील इतर भागांशीही - महे, यनाम व करईकल - व्हिडिओ कॉन्फरन्सिंगद्वारे जोडले गेलो. या बैठकांदरम्यान विविध विषय समोर येत असल्यामुळे या बैठकांमुळे अधिक व्यापक पटलावर विचारमंथन सुरू होण्याबरोबरच, या बैठका म्हणजे 'थिंक टँक'च्या बैठका बनल्या,'' नायब राज्यपालांचे खासगी सचिव आर. श्रीधर सांगतात.

यापूर्वी कोणत्याही नायब राज्यपालांनी अशाप्रकारे अधिकाऱ्यांचा सहभाग असलेल्या बैठकांचे आयोजन केले नसल्याचेही ते सांगतात. या बैठका ही सर्व टीम-सदस्यांसाठी ज्ञानसंपादनाची मोठीच संधी होती.

''मी काही महिन्यांपूर्वी 'राजनिवास टीम'चा भाग बनलो, मात्र त्याआधी मी

कधी सकाळी दहा वाजताच्या मीटिंगबद्दल ऐकले नव्हते. या बैठकांमध्ये विषयपत्रिका निश्चित असली, तरी ही बैठक एखाद्या कौटुंबिक बैठकीसारखीच जास्त असते. या बैठकीत आम्ही सगळ्या महत्त्वाच्या विषयांवर चर्चा करतो, आमच्या भूमिका समजून घेतो आणि त्यामुळे आम्ही सगळे एकाच 'वेव्हलेंग्थ'वर राहण्यासाठी तसेच प्रत्येक कृतीचा अपेक्षित परिणाम काय असायला हवा हे जाणून घेण्यासाठीही याची मदत होते. यादरम्यान आम्ही काही हलकेफुलके क्षणही अनुभवतो. माझ्यासाठी या बैठका म्हणजे शिकण्याची खूप मोठी संधी ठरली आहे,'' नायब राज्यपालांचे अतिरिक्त सचिव एस. डी. सुंदरेसन सांगतात.

या बैठकीमध्ये बातम्यांची कात्रणे चार फोल्डर्समधून आणली जातात - एक - इंग्रजी कात्रणे, दोन - तमिळ कात्रणे, तीन - जगभरातील अशा बातम्या ज्या त्यांना माहीत असणे आवश्यक आहे आणि चार - प्रेस इन्फॉर्मेशन ब्यूरो (पीआयबी) कडून आलेली प्रसिद्धिपत्रके, ज्यामध्ये भारत सरकारकडून आलेल्या सर्व बातम्या असतात.

''आम्ही सकाळी एक टीम म्हणून बातम्यांची कात्रणे संकलित करतो आणि ती माननीय नायब राज्यपाल व टीमसमोर सादर करतो. सकाळी १० वाजताच्या बैठकीच्या वेळी आम्ही यातील महत्त्वाच्या कात्रणांवर चर्चा करतो, संबंधित विभागांना कार्यवाहीची विनंती पाठवतो आणि ज्या कात्रणांमध्ये तक्रारी असतील, त्या मुख्य तक्रार अधिकाऱ्यांकडे पाठवतो,'' राजनिवासचे जनसंपर्क अधिकारी जे. कुमारन सांगतात.

या सकाळी दहा वाजताच्या बैठकीमुळे समन्वय राखला जातो, सर्जनशीलतेला चालना मिळते, एकोप्याने काम केले जाते. उत्तम शासन-कारभारासाठी आवश्यक असलेल्या सर्व बाबी या उपक्रमामुळे नक्कीच साध्य होतात. ही टीम दररोज काही हलकेफुलके क्षण अनुभवते. डॉ. किरण बेदी प्रत्येक पावलावर टीमला मार्गदर्शन करत असतात, त्यामुळे टीममधील प्रत्येकजण आपापल्या बलस्थानांचा वापर करून सर्वोत्तम कामगिरी करू लागला.

नव्या कल्पना व नव्या गोष्टी शिकण्याबाबत सदैव स्वागतशील असलेल्या या नेतृत्वाने – ज्यांचा पारदर्शिता व राजनिवास टीमच्या सहयोगात्मक संघभावनेवर विश्वास आहे– या सकाळी दहा वाजताच्या बैठकांच्या माध्यमातून कृतिकेंद्रित व सर्वानुमताने काम करणारी टीम तयार केली आहे, जी पुदुच्चेरीच्या प्रशासनामध्ये लक्षणीय परिवर्तन घडवू शकते.

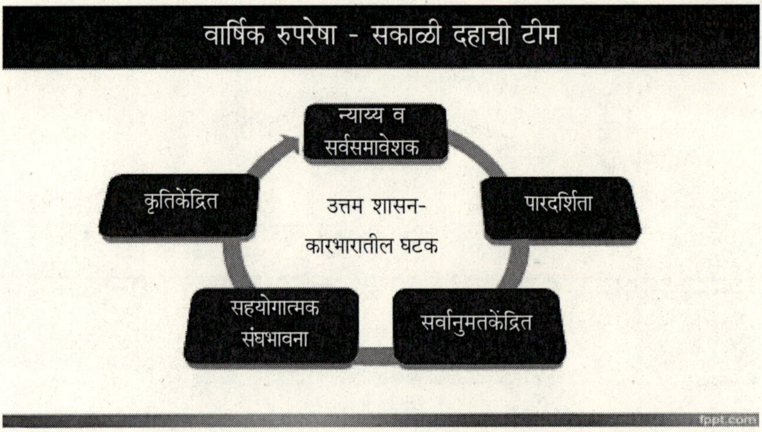

राजनिवास टीम त्यांच्यासमवेत 'थिंक टँक' म्हणून काम करत होती. त्यांच्याच संसर्गजन्य ऊर्जेने व सहृदयतेने कल्पना मांडत होती. आता त्यापुढची पायरी होती राजनिवासाची द्वारे खुली करणे व सर्वसामान्य जनतेला डॉ. बेदींपर्यंत पोहोचता येणे अधिक सोपे बनवणे. त्यादृष्टीने पावले उचलली गेली आणि राजनिवास हे 'लोकनिवास' बनले.

महत्त्वपूर्ण मुद्दे/ व्यवस्थापनविषयक धडे

नेता म्हणून तुम्ही तुमचा आतला आवाज ऐका, तुमच्या चारी घटकांवर लक्ष केंद्रित करा - आत्मा, शरीर, हृदय व मन; आणि त्याचा तुम्हाला नेतृत्वविषयक ध्येये ठरवण्यासाठी उपयोग होईल.

कप्पे मोडून काढण्यापेक्षा, संघभावना व टीम वर्कला प्रोत्साहन द्या.

तुम्ही स्वत: आरंभापासून सुरुवात करा. तुमच्या टीमला समजून घ्या आणि त्यांना ध्येये ठरवण्यासाठी व त्यांच्या बलस्थानांवर काम करण्यासाठी प्रोत्साहन द्या.

मुक्तद्वार युगाचा आरंभ : राजनिवास लोकनिवास बनवणे

विचारधन

नेतृत्व

लोकांना नेहमी कार्यमग्न नेतृत्व पाहायचे असते. नेतृत्वाने अत्यंत ऊर्जासंपन्नतेने व एकाग्रचित्ततेने, जिथे आवश्यक असेल तिथे ठामपणे उभे राहिले पाहिजे.

– डॉ. किरण बेदी

@TheKiranBedi : 'राजनिवास' मधल्या 'मुक्तद्वार'मध्ये, जाहीर केलेल्या तारखांना व वेळामध्ये भेटीची वेळ न घेता कुणीही येऊ शकेल. कुणीही या, भेटा व आपली समस्या मांडा. यानिमित्ताने आम्ही स्फूर्तिदायी लोकांच्या कामाची दखल घेऊन त्यांना पुरस्काराने सन्मानितही करणार आहोत.
@NewIndianXpress @PMOIndia
@ANI @rashtrapatibhvn @HMOIndia

११ जून २०१९

आशेचा दिपस्तंभ : मुक्तद्वार

> @TheKiranBedi : 'राजनिवास' मधल्या 'मुक्तद्वार'मध्ये, जाहीर केलेल्या तारखांना व वेळामध्ये भेटीची वेळ न घेता कुणीही येऊ शकेल. कुणीही या, भेटा व आपली समस्या मांडा. यानिमित्ताने आम्ही स्फूर्तिदायी लोकांच्या कामाची दखल घेऊन त्यांना पुरस्काराने सन्मानितही करणार आहोत.
> @NewIndianXpress @PMOIndia
> @ANI @rashtrapatibhvn @HMOIndia
> ११ जून २०१९

'**जि**तके पद उच्च, तितके तिथेपर्यंत पोहोचणे अधिक सोपे असले पाहिजे' या सिद्धान्तावर ठाम श्रद्धा असणाऱ्या डॉ. किरण बेदींनी नायब राज्यपालपदाची सूत्रे स्वीकारल्याबरोबर मुक्तद्वार... 'ओपन हाउस' ही प्रथा सुरू करायचे ठरवले. १९९८ साली त्या दिल्लीचे नायब राज्यपाल तेजेंद्र खन्ना यांच्या विशेष सचिव असताना, त्यांनी जी पद्धत राबवली होती, त्याचेच हे विस्तारित रूप होते.

डॉ. बेदींनी नायब राज्यपालपदाची सूत्रे स्वीकारल्यानंतर काही दिवसांतच त्यांनी राजनिवासमध्ये 'ओपन हाउस' सुरू केले. ज्या 'राजनिवास'ला संगमरवरी मनोरा मानले जात असे - जिथून परवानगीशिवाय पक्षीसुद्धा उडत जाऊ शकत नाही असे म्हटले जात असे. त्या राजनिवासची द्वारे त्यांनी खुली केली.

''मॅडमनी पदभार स्वीकारला, तेव्हा त्या फक्त अधिकाऱ्यांच्याच संपर्कात होत्या आणि आम्हाला अधिकाऱ्यांकडून जो 'फीडबॅक' मिळायचा, तो 'सगळे छान आहे' असा असायचा, पण जेव्हा त्या स्वत: बाहेर पडल्या व त्यांनी वास्तव परिस्थिती पाहिली, तेव्हा त्यांच्या लक्षात आले, की लोकांची बाजू ऐकून घेण्याची व त्यांना साहाय्य करण्याची गरज आहे. अशाप्रकारे मुक्तद्वार ही संकल्पना प्रत्यक्षात सुरू झाली,'' राजनिवासमधील मुख्य तक्रार अधिकारी एस. भास्करन सांगतात.

Meet Lt.Guv between 5-6pm without appointment

Puducherry: Lt Governor Kiran Bedi, who directed all the top officials in the union territory to allot one hour (5pm-6pm) to meet the general public and redress their grievances, has set an example by meeting people from June 1. People from all walks of life started visiting Raj Nivas, Lt Governor's official residence, between 5pm and 6pm, raising a wide range of issues before her without prior appointment. A foreigner, who made Puducherry her home, appreciated Bedi's goal to make Puducherry a prosperous territory. However, she insisted that its legacy of being a spiritual and peaceful town must be preserved. TNN ▶Continued on, P 2

सुरुवातीला, संपूर्ण आठवडाभर, सायंकाळी ५ ते ६ या दरम्यान 'ओपन हाउस' आयोजित केले जात असे. प्रथम येणाऱ्यास प्रथम या तत्त्वावर रोज ४० टोकन्स दिली जात असत, लोकांच्या तक्रारी ऐकून घेतल्या जात असत व त्यातून मार्ग काढला जात असे.

पण जसजसे काम वाढत गेले, तसे ही वेळ सोमवार ते बुधवार, सायंकाळी ५ ते ७ अशी करण्यात आली आणि पूर्वीप्रमाणेच ४० टोकन्स दिली जाऊ लागली.

तक्रार घेऊन येणाऱ्या लोकांच्या तक्रारींची नोंद अतिशय व्यवस्थित ठेवली जाते आणि ज्या तक्रारींबाबत कार्यवाही केली जाते, त्यासंदर्भात पाठपुरावा केला जातो.

बुधवारी सायंकाळी ६ ते ७ ही वेळ निवृत्त व सरकारच्या सेवेत असलेले कर्मचारी, या दोघांसाठी राखीव ठेवली आहे. शुक्रवार करैकल, महे व यनम या विभागांसाठी राखून ठेवला आहे. तिथे व्हिडिओ कॉन्फरन्सिंगद्वारे 'ओपन हाउस' घेतले जाते.

"विधी सेवा प्राधिकरण (लोकअदालत), जनकल्याण खात्यातील कौटुंबिक समुपदेशक व सर्वेक्षण खात्यातील तहसीलदार यांचा सहभाग अत्यंत उपयुक्त ठरला आहे, त्यामुळे तक्रारींचा जलद निपटारा होण्यास मदत होते," नायब राज्यपालांचे खासगी सचिव श्रीधर सांगतात.

या 'ओपन हाउस'ने जमीन बळकावण्यासारख्या गंभीर विषयांपासून ते मालमत्ताविषयक वाद, भ्रष्टाचार, कौटुंबिक वाद, पाण्याची समस्या आणि वैद्यकीय शिक्षण प्रवेशाची समस्या अशा विविध विषयांतील समस्या हाताळल्या आहेत. यातील वैद्यकीय शिक्षण प्रवेशाबाबतच्या समस्येकडे नायब राज्यपालांचे लक्ष पुन:पुन्हा वेधले जात होते.

वैद्यकीय शिक्षण प्रवेशाबाबतचा मुद्दा 'ओपन हाउस'मध्ये उपस्थित झाल्यानंतर,

नायब राज्यपालांनी CENTACला भेट दिली; त्यानंतरचा इतिहास सर्वज्ञात आहे.

या 'ओपन हाउस'चा खरोखर उपयोग झाला असा प्रकल्प म्हणजे 'जलसमृद्ध पुदुच्चेरी'. पाण्याचे कालवे तुंबले असल्याची तक्रार ओपन हाउसमधून आली होती. त्यामुळे प्रत्यक्ष पाहणी करण्यासाठी 'फील्ड व्हिजिट्स' करण्यात आल्या. पाण्याचे कालवे, तलाव व तळी या सर्व ठिकाणी प्रत्यक्ष भेटी देण्यात आल्या आणि 'कॉर्पोरेट सोशल रिस्पॉन्सिबिलिटी' द्वारे या सर्व पाण्याच्या स्रोतांतील गाळ काढून ते स्वच्छ करण्यात आले.

'ओपन हाउस'चा उपयोग मध्यपूर्वेत विविध ठिकाणी अडकलेल्या लोकांना परत आणण्यासाठीही झाला. तिथे त्यांना काम देण्याच्या बहाण्याने नेले होते व अमानुष वागणूक दिली होती. या लोकांना परत आणून त्यांची त्यांच्या घरच्यांशी भेट घडवण्यात आली.

ई-मेल्स, व्हॉट्सॲप व सोशल मीडियाच्या इतर माध्यमांद्वारेही तक्रारी स्वीकारल्या जातात.

''एप्रिल २०१७ मध्ये आम्ही राजनिवासची वेबसाइट सुरू केली, तेव्हा आम्ही त्यात 'पिटीशन मॉनिटरिंग सिस्टिम'चा समावेश केला. त्याचा उद्देश होता तक्रारींची अधिक प्रभावीपणे दखल घेता येणे. आमच्याकडे येणाऱ्या प्रत्येक तक्रारीची दखल घेतली जाते व तक्रारदाराला एक क्रमांक (आयडी) दिला जातो. या क्रमांकाचा उल्लेख करून तो एसएमएस, ई-मेल अथवा पत्राद्वारे भविष्यात संपर्क करू शकतो. या तक्रारींची नोंद झाल्यानंतर, त्यांचे संबंधित विभागाकडून निराकरण केले जाते आणि नायब राज्यपालांचे सचिवालय त्यावर लक्ष ठेवते. ज्या तक्रारींवर 'गोपनीय' असा उल्लेख असतो, त्या कटाक्षाने नायब राज्पपालाच्या गोपनीय डेस्क मार्फतच हाताळल्या जातात,'' भास्करन सांगतात.

@TheKiranBedi : अशाप्रकारे रोज येणाऱ्या सर्व विनंतीअर्जांची दखल घेतली जाते. सर्व स्रोतांमधून येणाऱ्या विनंतीअर्जासाठी संगणकीकृत पीएमएस प्रणाली कार्यान्वित करण्यात आलेली आहे. समन्वयक म्हणून श्री. श्रीनिवास, अतिरिक्त सचिव, राजनिवास आणि डॉ. भास्कर, मुख्य तक्रार अधिकारी व नोडल अधिकारी काम पाहत आहेत. अर्जदाराचे समाधान झाले आहे याची खातरजमा केली जाते.

२२ मार्च २०१८

Government of Puducherry
Lieutenant Governor's Secretariat
Raj Nivas, Puducherry

No. LGS/LGPMS/DailyReport/2018 **23rd March'18**

Department wise Petitions Disposed on 22nd March 2018

S.No	Department / Secretary	Closed
1	Director General of Police	8
2	Labour Department	4
3	Power	2
4	SSP (Karaikal) - Senior Superintendent of Police	1
	Total:	**15**

GRO Feedback report on the day of 22nd March 2018

Sl.no	Petition No.	Department	Feedback of GRO	Comments of GRO
1	Ke19/Ka04/LGP/00006/17	Director General of Police	Good	Excellent
2	Pu01/Ka02/LGP/06290/18	Secretary (Power)	Good	Excellent
3	Pu01/Ka02/LGP/06317/18	SSP (Karaikal) - Senior Superintendent of Police	Good	Excellent
4	Pu01/Ka02/LGP/06320/18	Secretary (Power)	Good	Excellent
5	Pu01/Pu01/LGP/07301/17	Director General of Police	Good, the petitioner may be communicated on the same.	Excellent
6	Pu01/Pu01/LGP/07720/17	Director General of Police	Good	Excellent
7	Pu01/Pu01/LGP/07947/17	Director General of Police	Good	Excellent
8	Pu01/Pu01/LGP/07994/17	Director General of Police	Good	Excellent
9	Pu01/Pu01/LGP/08306/17	Director General of Police	Theft of iron items from the non functional company and quarrel between 3 groups stealing iron items are clear and strait. Factual pcsition of the theft refereed as no complaint received stating beat officers sensitized on preventive part.	Satisfactory

हा उपक्रम पूर्णत: माणुसकीच्या भावनेने सुरू करण्यात आलेला आहे. या उपक्रमांतर्गत लोकांच्या तक्रारी स्वत: नायब राज्यपाल महोदया ऐकतात. हा उपक्रम ही राजनिवासातील एक सर्वोत्तम प्रथा ठरली आहे. जनतेला तिष्ठत राहायला न लावता त्यांच्या सेवेसाठी उत्सुक असणाऱ्या डॉ. किरण बेदी पुदुच्चेरीच्या जनतेसाठी आशेचा किरण आहेत.

लोक राजनिवासमध्ये येतात तेव्हा त्यांचे अत्यंत प्रेमाने स्वागत केले जाते. त्यांच्यासाठी बसण्याची आरामदायी व्यवस्था केली जाते, एवढेच नव्हे तर त्यांच्यासाठी चहा-बिस्किटांची सोयसुद्धा आहे. त्यांचा नंबर येईपर्यंत ते बाहेर व्हरांड्यात चहापान

करू शकतात.

ते नायब राज्यपालांच्या कार्यालयात गेले, की त्या व्यक्तिश: त्यांचे अत्यंत प्रेमाने स्वागत करतात. त्यांना या लोकांची भाषा येत नसूनही डॉ. बेदींच्या आस्थेवाईक वागण्याने त्या लोकांना आपल्याला खरोखर कुणीतरी मदत करणारे आहे व आपल्या समस्या सोडवल्या जातील असे वाटते.

तक्रार अर्जांचा गोषवारा

वर्ष	LGPMS (नायब राज्यपालांची पिटीशन मॉनिटरिंग सिस्टिम)	व्हॉट्सॲप	ओपन हाउस	एकूण
२०१६	५९२१	०	२७९६	८७१७
२०१७	८५९०	१७२१	२५९८	१२९०९
२०१८	८०६८	२७७३	३५१२	१४३५३
२०१९ (३१.५. २०१९ पर्यंत)	२५५१	८३४	७२६	४१११
एकूण	२५१३०	५३२८	९६३२	४००९०

जसे लोकांना त्यांच्या नायब राज्यपालांकडे आपल्या तक्रारी घेऊन जाता येते... मग त्या त्यांच्या तक्रारी ऐकून त्यांना अत्यंत सहृदयतेने साहाय्य करतात, तसेच ज्यांच्यासाठी डॉ. बेदी आदर्श व्यक्ती आहेत अशा कोट्यवधी लोकांना या भेटीसाठी राखून ठेवलेल्या वेळात, म्हणजेच 'व्हिजिटर्स अवर' मध्ये त्यांच्या 'आयकॉन'ला भेटण्याची संधी लाभते.

जिथे स्वप्ने साकार होतात
'व्हिजिटर्स अवर'

@TheKiranBedi : आजपासून दुपारी १२ ते १.३० या वेळात राजनिवास अभ्यागतांसाठी खुले झाले. भेटीला येणाऱ्या पहिल्या बॅचने http://RajNivas.py.gov.in वर नोंदणी केली होती. 'राजनिवास'मध्ये स्वागत आहे.

१ मे २०१७

नायब राज्यपाल म्हणून डॉ. किरण बेदी यांची सदैव धारणा होती, की राजनिवास हे त्यांचे फक्त निवासस्थान व कार्यालय राहता कामा नये. तर ते त्यांना लोकांशी जोडणारे ठिकाण बनले पाहिजे, म्हणून त्यांनी ताबडतोब राजनिवासाची द्वारे खुली केली.

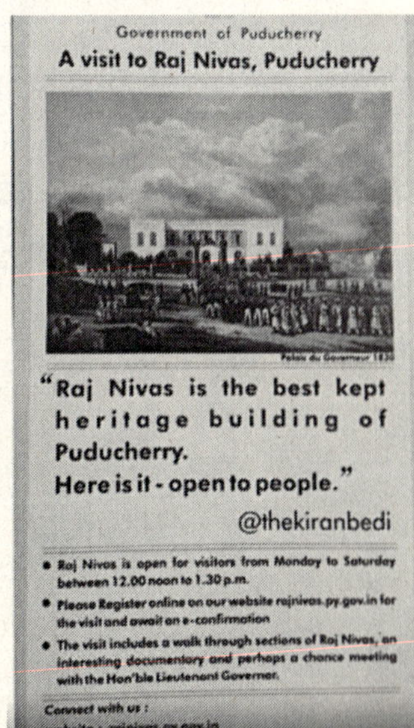

"राजनिवास लोकनिवास बनणार म्हटल्यावर तिथे अतंर्गत बरीच घुसळण होणार होती. पुदुच्चेरीचा प्रथम नागरिक असलेल्या व्यक्तीचे – नायब राज्यपालांचे – निवासस्थान व कार्यालय असलेली शानदार इमारत म्हणूनच आम्हाला राजनिवास माहीत होते. कर्मचारी व बाहेरच्या लोकांचीही अशीच धारणा होती. याव्यतिरिक्त त्याला आणखी कुठला आयाम असू शकतो का? पण या बाबतीत आम्ही किती अडाणी होतो हे पुढील काही महिन्यांत सिद्ध झाले," राजनिवासमधील लेखानियंत्रक आशा गुप्ता सांगतात.

"सुरुवातीला दुपारी ४ वाजता

‘अपॉइंटमेन्ट्स’द्वारे सुरू झालेल्या या उपक्रमात, पुढे ‘ओपन हाउस’ सुरू झाले व त्यानंतर ‘व्हिजिटर्स अवर’ सुरू झाला. १ मे २०१७ पासून दररोज दुपारी १२.३० ते १.३० ही वेळ यासाठी राखून ठेवण्यात आली होती. या वेळात लोक ही ऐतिहासिक इमारत पाहायला येण्यापेक्षा ‘आयकॉनिक’ डॉ. किरण बेदींना भेटायला येतात.’’

‘‘मी फक्त राजनिवासातली एक रहिवासी आहे. राजनिवास सर्वांचे आहे. ही देखणी, ऐतिहासिक वास्तू पाहण्याची व तिचे वैभव अनुभवण्याची संधी प्रत्येकाला मिळालीच पाहिजे,’’ डॉ. बेदी त्यांच्यातल्या बालसुलभ उत्साहाने म्हणतात. त्या दररोज भेटायला येणाऱ्या लोकांना भेटतात आणि ते लोक त्यांचा आदर्श असलेल्या डॉ. बेदींसोबत छायाचित्र घेण्यासाठी रांग लावतात. कार्यमग्न नेतृत्वाबद्दलच्या विचारधनाचे यापेक्षा उत्तम उदाहरण कोणते असेल?

त्या लोकांना खुलेपणे भेटतातच, तसेच त्या त्यांच्या कल्पना व मतेही खुल्या मनाने ऐकून घेतात आणि ताबडतोब त्यांना त्यांच्या टीमसोबत काम करण्याची संधी देतात. असे अनेक लोक आज सीएसआर उपक्रमांमध्ये राजनिवाससोबत काम करत आहेत.

राजनिवासात लहान मुलांना त्यांच्या खुर्चीवर बसता येते. त्यामुळे त्यांना भविष्यात नायब राज्यपाल बनण्याची प्रेरणा मिळेल, असा त्यांना विश्वास आहे.

‘महत्त्वाकांक्षा ठेवण्यासाठी प्रेरित करा’ हा त्यांचा मंत्र आहे. लहान मुले नायब राज्यपालांच्या खुर्चीवर बसून या प्रतिष्ठित पदाच्या खुर्चीवर दोन मिनिटे विराजमान होण्याची मौज करतात.

‘‘भेटीसाठी येऊ इच्छिणारे लोक, विद्यार्थी, आंतरराष्ट्रीय पर्यटक आणि सर्व वर्गातील समूहांकडून विनंतीपत्रांचा पाऊस पडला. राजनिवासमध्ये रोज दुपारी हे विशेष आकर्षण बनले. नायब राज्यपालांच्या दालनात अनोखे दृश्य दिसू लागले. डॉ. किरण बेदी लहान मुले व विद्यार्थ्यांचे स्वागत करून त्यांना नायब राज्यपालांच्या डेस्कजवळील अधिकृत खुर्चीत बसवायच्या. भेटायला येणारे लोक तिथून परत जाताना नेहमी एखादी भेटवस्तू (पेन्सिली, पुस्तके, स्मृतिचिन्ह), स्मित आणि आपला आदर्श असलेल्या व्यक्तीला प्रत्यक्ष भेटण्याच्या विलक्षण स्मृती सोबत घेऊन जात असत... या अत्यंत साध्या, प्रेमळ, निगर्वी व्यक्तित्वाच्या भेटीच्या स्मृती,’’ आशा गुप्ता सांगतात.

भेटायला येणारे लोक भेटवस्तू घेऊन येतात, पण ‘रिसायकल’ म्हणजेच पुनर्चक्रण हा डॉ. किरण बेदींचा मंत्र आहे, त्यामुळे या सगळ्या भेटवस्तू नायब राज्यपालांच्या भेटवस्तूंच्या कपाटात जातात व त्या तत्परतेने लोकांना दिल्या जातात.

"या भेटवस्तू किरण बेदींना दिल्या जात नाहीत, त्या नायब राज्यपालांना दिल्या जातात, त्यामुळे त्या कार्यालयाच्या असतात. म्हणून मी त्यातली एकही वस्तू माझ्यासाठी ठेवून घेत नाही, तर त्या सर्व वस्तू कपाटत ठेवते. त्यानंतर त्या वस्तू भेटायला येणाऱ्या लोकांना देते, तसेच उत्तम कामगिरी करणाऱ्या अधिकाऱ्यांनाही देते. मी आमच्या स्वच्छता कर्मचाऱ्यांना शाली भेट देते. हे कर्मचारी आमचे शहर स्वच्छ राखण्यासाठी खूप कष्ट करतात," डॉ. किरण बेदी सांगतात.

आत्तापर्यंत राजनिवासमध्ये भेटायला येणाऱ्या लोकांच्या सुमारे ४५० बॅचेस येऊन गेल्या आहेत. त्यामध्ये विद्यार्थी, महिलांचे गट, परदेशी पाहुणे आणि पुदुच्चेरीत सुट्टी घालवायला आलेले पर्यटक अशा विविध प्रकारच्या लोकांचा समावेश आहे. डॉ. किरण बेदींनी जे काही नवे उपक्रम सुरू केले आहेत, त्यातीलच 'व्हिजिटर्स अवर' हा एक उपक्रम आहे, ज्याने राजनिवासाला लोकनिवास बनवले आहे.

एका कॉलेजमधल्या कार्यक्रमात डॉ. बेदींनी मोबाइल एलईडी स्क्रीन पाहिला, तेव्हा त्यांनी तशा प्रकारचा स्क्रीन खरेदी करायचे ठरवले. त्यांनी राजनिवासमधील उद्यानात मुलांसाठी खुले थिएटर तयार करून, त्यांना प्रेरणादायी चित्रपट दाखवायचे ठरवले. हा 'राजनिवास चित्रपट मालिके'चाच भाग असणार होता. लहान मुलांनी राजनिवासात यावे आणि प्रेरणेने भारून परत जावे यासाठी ही आणखी एक संधी असणार होती.

नायब राज्यपालांचा शपथविधी

आमदारांना शपथ देताना

सचिवांसोबत मासिक आढावा बैठक

मुख्य सचिवांसोबत बैठक

सकाळी १० वाजताची बैठक

ज्युलिएट पुष्पा, सचिव-न
यांच्यासमवेत बै

विभागाला प्रत्यक्ष भेट

मुक्त

सकाळी १०ची टीम व सर्जनशील टीम

चित्रपट मालिका

नेतृत्वमाला

व्याख्यानमाला - सद्‌गुरू

व्याख्यानमाला -
डॉ. मरिआजीना जॉन्सन

महत्त्वाकां
स्फुल्लिंग चेतवतान

इफ्तार पार्टी

पोंगल साजरा कर

'फ्रन्ट रनर' पुरस्कार

स्व-मूल्यमापन चाचणी

राजनिवास येथे स्वसंरक्षणाचे धडे

राजनिवास येथे
स्वच्छता कर्मचाऱ्यांचे आभार

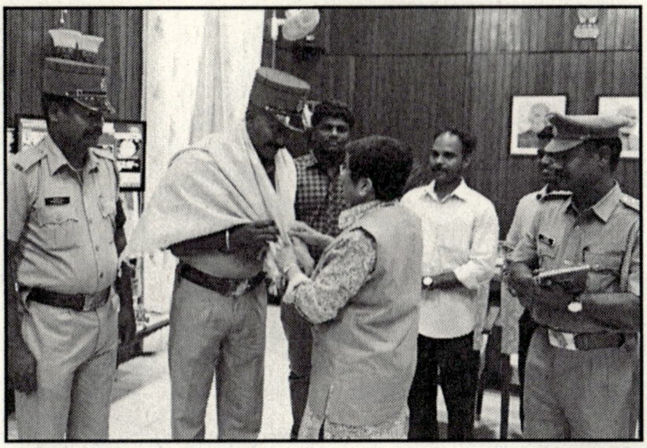

वाहतुकीसंदर्भातील दंडासाठी
आठवडी पुरस्कार

जलसमृद्ध पुदुच्चेरीस
बसमधून भ्र

स्वच्छ सायकल रॅली

स्वच्छ के
पाण्याचा का

महिला नेतृत्वाची निवड
व नेटवर्किंग

स्वच्छता कर्मचाऱ्यांचा
शाल देऊन सन्मान

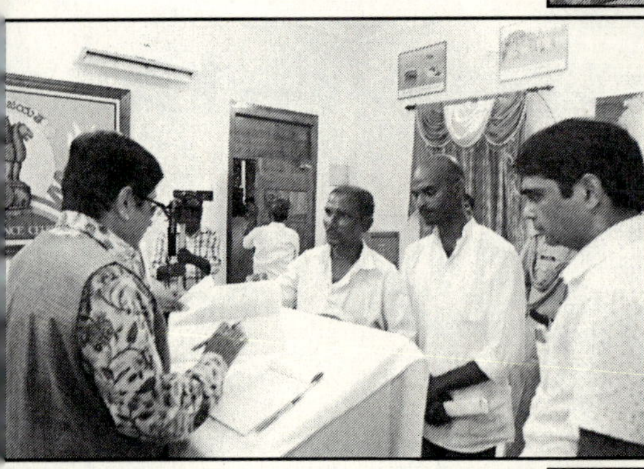

यनम येथील शाळेला भेट

यनम मुक्तद्वार

महिला नेत्यांची नियुक्ती

स्व-मूल्यमापन चा

मिशन हरित पुदु

चित्रपटांद्वारे प्रेरणा : राजनिवास चित्रपट मालिका

> @TheKiranBedi : प्रेरित नेतृत्वासाठी बीज रुजवत आहे. तसेच, जे साधनस्रोत लोकांच्या मालकीचे आहेत, त्यांचा पुरेपूर उपयोग करत आहे. # राजनिवास त्याचे वैभव सर्वांना प्रदान करत आहे...
> एक नवीन प्रकारचा प्रयोग... राजनिवास पुरस्कारविजेते चित्रपट मुलांसाठी प्रदर्शित करून त्यांना प्रेरित करत आहे. ही मुले आपले भविष्य आहेत @ राष्ट्रपतीभवन @ पीएमओ इंडिया
> २७ फेब्रुवारी २०१७

डॉ. किरण बेदी यांनी लहान मुलांना भविष्यात नेते बनण्यास प्रेरित करण्याच्या उद्देशाने फेब्रुवारी २०१७ मध्ये 'राजनिवास चित्रपट मालिका' हा उपक्रम सुरू केला.

राजनिवासमध्ये अतिशय सुंदर उद्यान आहे, तेथील हिरवळीवर खुले थिएटर तयार करणे सहज शक्य होते, त्यानुसार ही कल्पना साकार झाली. या ठिकाणी महिन्यातून एकदा, शनिवारी सायंकाळी मुले त्यांचे पालक, शिक्षक व मित्रांसोबत प्रेरणादायी चित्रपट पाहायला येतात. चित्रपटानंतर त्यांना खुद्द माननीय नायब राज्यपाल महोदयांशी संवाद साधता येतो.

''मुलांना प्रेरणा देणे हा राजनिवासचा एक मुख्य उद्देश होता. त्यामुळे अनाथाश्रमातील, तसेच सरकारी व इतर निवडक संस्थांमधील विशेष मुलांसाठी 'राजनिवास चित्रपट मालिके'अंतर्गत पुरस्कारविजेते चित्रपट व शैक्षणिक माहितीपट दाखवण्यात आले आहेत. या उपक्रमांतर्गत, १३ चित्रपट दाखवण्यात आले असून, ते ७३०० लोकांनी पाहिले आहेत,'' राजनिवासच्या लेखानियंत्रक आशा गुप्ता सांगतात. या चित्रपटांच्या प्रदर्शनाच्या आयोजनात त्यांनी मोठी भूमिका बजावली आहे.

या मालिकेत 'काका मुताई' हा चित्रपट दाखवण्यात आला. त्यानंतर 'गांधी', 'लाइफ ऑफ पाय', 'एमएस धोनी', 'चक दे इंडिया', 'मदेला' असे चित्रपट

दाखवण्यात आले.

"मुलांसाठी चित्रपट मालिका ही आमची भविष्यातील गुंतवणूक आहे... भारताच्या पुढच्या पिढ्यांची बीजे रोवण्याचा प्रयत्न. मी चित्रपटानंतर नेहमी मुलांशी संवाद साधते आणि त्यांनी मोठे होऊन भविष्यात खंबीर नेतृत्व बनणे कसे आवश्यक आहे हे सांगते," डॉ. किरण बेदी सांगतात.

त्यांनी एकदा तर मुलांना असेही सांगितले होते, की तुमच्यापैकी जो कुणी वर्गात पहिला येईल त्याला नायब राज्यपालांच्या खुर्चीवर बसण्याची संधी मिळेल!

@Lgov_Puducherry-# राजनिवास चित्रपट मालिका : माननीय नायब राज्यपाल महोदयांनी @TheKiranBedi मुलांना वर्गात पहिले येण्यासाठी प्रोत्साहित केले. बक्षिसादाखल त्या विद्यार्थ्याला माननीय नायब राज्यपालांच्या आसनावर विराजमान झालेला फोटो काढून घेता येईल.

विद्यार्थ्यांना आणखी प्रेरित करण्यासाठी, डॉ. बेदी त्यांना या ऐतिहासिक वास्तूची सफर घडवण्याची सोयही करतात. या वास्तूची भव्यता व माननीय नायब राज्यपाल महोदयांशी झालेला प्रेरणादायी संवाद यांचा त्या मुलांच्या मनावर चिरकाल प्रभाव राहतो.

चित्रपट पाहायला प्रत्येकवेळी विद्यार्थ्यांच्या वेगळ्या गटाला बोलावण्यात आले होते. फक्त प्रेरणादायी चित्रपट पाहायलाच नव्हे, तर त्यांना भविष्यात सरकारी अधिकारी, प्रशासक, शिक्षणतज्ज्ञ, क्रीडापटू आणि सर्वांत महत्त्वाचे म्हणजे चांगला माणूस बनण्यास प्रेरित करण्यासाठी.

डॉ. बेदींना राजनिवासातील सोयीसुविधांचा पुरेपूर वापर करून घ्यायचा होता. त्याचाच एक भाग म्हणून त्यांनी वक्त्यांना आमंत्रित करून व्याख्यानमाला सुरू केली.

राजनिवास व्याख्यानमाला

> @Lgov_Puducherry–# राजनिवास व्याख्यानमालेचा आरंभ, नागरिकांना वैचारिक नेतृत्वांचा परिचय करून देण्याचा प्रयत्न... @ राजीव पेशावरिया यांचे # नेतृत्व ऊर्जा या विषयावरील व्याख्यान.
>
> २२ डिसेंबर २०१६

डॉ. किरण बेदींनी पुदुच्चेरीच्या नागरिकांसाठी वैचारिक नेतृत्व या विषयावर व्याख्यानमाला सुरू केली. त्यासाठी इतिहास, कला, नेतृत्व, साहित्य, व्यवस्थापन, विमान, संस्कृती, आरोग्य, अध्यात्म या व अशा विविध विषयांतील नामवंत वक्त्यांना आमंत्रित केले होते.

"राजनिवासतर्फे व्याख्यानमालेचे आयोजन केले जाते, ज्यामध्ये नेतृत्व, व्यवस्थापन, इतिहास, तत्त्वज्ञान आदी विषयांवर नामवंत वक्ते व्याख्यान देतात. या निमित्ताने पुदुच्चेरीच्या नागरिकांना सद्गुरू जग्गी वासुदेव यांचे विचारधन ऐकायला मिळाले, मॅक्सवेल परेरा यांची अन्वेषणाची तळमळ, राजीव पेशावरिया यांच्या सर्वोत्कृष्टता साध्य करण्याच्या पद्धती, देबाशिष चॅटर्जींची 'व्हिजन', जया राव, स्वामी राधानाथ स्वामी यांनी सांगितलेले वेदिक औचित्य... अशा अनेक विषयांवर अनमोल विचार ऐकता आले," आशा गुप्ता सांगतात.

राजनिवासातील भोजनगृहाचे रूपांतर सभागृहात करण्यात आले. त्या ठिकाणी लोकांना विचारधन देण्यात येत होते. व्याख्यानमालेतील पहिले पुष्प राजीव पेशावरिया यांनी गुंफले. त्यांनी नेतृत्वगुण या विषयावर व्याख्यान दिले. या व्याख्यानाला उपस्थित निमंत्रितांमध्ये मंत्री, लोकप्रतिनिधी, सरकारी अधिकारी व शिक्षणतज्ज्ञ होते.

"राजनिवास व्याख्यानमालेच्या उद्घाटनपर व्याख्यानासाठी मला आमंत्रित केले हे माझ्यासाठी अत्यंत भाग्याचे आहे व हा माझ्यासाठी मोठा सन्मान आहे.

यानिमित्ताने मी प्रथमच एका सरकारी नेतृत्वाने त्यांचे अधिकृत निवासस्थान जनतेसाठी खुले करून दिलेले पाहिले. जगभरातील सर्व नेते यावरून बोध घेऊ शकतात. राजनिवास टीमने संपूर्ण जगाला दाखवून दिले आहे, की नेतृत्वाचा खरा अर्थ आहे सेवा,'' राजीव पेशावरिया सांगतात.

त्यानंतर डॉ. पी. राजा यांचे व्याख्यान आयोजित केले होते. त्यांनी निवडक लोककथांद्वारे पुदुच्चेरीचा इतिहास उलगडला.

राजनिवासातील हिरवळीवर या कार्यक्रमाचे आयोजन केले होते, जेणेकरून तरुणवर्गाला आमंत्रित करता यावे व मोठा श्रोतृवृंद जमला तरी जागेची उणीव भासू नये.

त्यानंतर सद्गुरू जग्गी वासुदेव देश घडवण्याबद्दल बोलले, जया राव अध्यात्माबद्दल बोलल्या, तर मॅक्सवेल परेरा अत्यंत भयंकर तंदूर हत्या प्रकरणावर बोलले. या व्याख्यानमालेत अशा प्रकारची व्याख्याने झाली आहेत. यानिमित्ताने समाजाच्या वेगवेगळ्या स्तरांतील लोकांशी विधायक व लाभदायी पद्धतीने जोडले जाण्यास मदत झाली आहे. त्याचबरोबर, त्यांनी मजबूत नेतृत्व पद्धतींचा पायाही घातला आहे.

डॉ. बेदींनी त्यांच्या सर्व अधिकाऱ्यांमधील विशेष नैपुण्य हेरून त्यांना त्यांच्या सर्वोत्तम कार्यपद्धती व अनुभव इतरांना सांगण्यास प्रोत्साहित केले, ज्यायोगे इतर अधिकाऱ्यांनाही ते शिकता येईल. त्यासाठी त्यांनी 'राजनिवास नेतृत्व मालिका' सुरू केली.

जेव्हा अधिकारी शिक्षक बनतात : राजनिवास नेतृत्व मालिका

@TheKiranBedi राजनिवास नेतृत्व मालिका आज 'सस्टेनेबल डेव्हलपमेंट गोल्स ॲन्ड पुदुच्चेरी - द वे फॉरवर्ड' या विषयावर व्याख्यान झाले. उत्कृष्ट सादरीकरण... धन्यवाद कंदु. @AshwaniKumar_92@DrJitendraSingh

१३ एप्रिल २०१८

जेव्हा नेतृत्वस्थानी काम करणाऱ्या व्यक्तीचा 'टीम वर्क'वर दृढ विश्वास असतो... टीममधल्या लोकांनी एकत्र काम करणे, लोकांना सहभागी करून घेणे व त्यांची 'टीम लीडर' बनण्याच्या दृष्टीने जडणघडण करणे यादृष्टीने ते प्रयत्न करत असतात तेव्हा राजनिवास नेतृत्व मालिकेसारखे उपक्रम साकार होतात.

इथेही पुन्हा डॉ. बेदींच्या व्यक्तिमत्त्वाचा आणखी एक पैलू दिसतो - त्या पोलीस खात्यात रुजू होण्याआधी अध्यापनाचे काम करत असत. त्या वर्गात टेबलामागे उभ्या राहून एकतर्फी वर्ग घेणाऱ्या प्रकारच्या शिक्षिका कधीच नव्हत्या. त्या कायम वर्गात मुलांनाही सहभागी करून घेत व त्यांना शिकवायला लावत, कारण शिकवणे हा शिकण्याचा सर्वोत्तम मार्ग असतो असा त्यांना विश्वास आहे, त्यामुळे त्यांच्या वर्गात नेहमी परस्परसंवाद घडत असे.

"नेतृत्वमालिका व व्याख्यानमाला या दोन्ही गोष्टी म्हणजे डॉ. किरण बेदींच्या व्यक्तिमत्त्वाचाच विस्तारित भाग आहे. त्यांना त्यांच्या टीमकडून शिकणे व त्यांना शिकवणे या दोन्ही गोष्टी महत्त्वाच्या वाटतात. नेतृत्वमालिकेमुळे अधिकाऱ्यांना त्यांच्या विभागाशी निगडित, त्यांच्या पसंतीचा विषय निवडण्यास, धोरणे, नियम, उणिवा याबाबत विचार करण्यास व एका अर्थाने त्यांच्या कामाचे परीक्षण करून त्यात सुधारणा करण्यास प्रोत्साहन मिळते. हे अधिकारी जेव्हा त्यांच्या टीममधील सदस्यांसमोर, तसेच इतर विभागातील लोकांसमोर व्याख्यान देतात, तेव्हा त्यांना

ते वापरत असलेल्या सर्वोत्तम पद्धती इतरांशी 'शेअर' करता येतात, त्याबाबत 'फीडबॅक' मिळवता येतो व आपापल्या कामामध्ये सुधारणा करता येतात. म्हणतात ना, शिकण्याचा सर्वोत्तम मार्ग म्हणजे शिकवणे; आणि हा मंच ही शिकवण्याची व शिकण्याची सर्वोत्तम संधी आहे,'' थेवा नीती धस सांगतात.

नेतृत्व मालिका हा सर्वोत्तम कार्यपद्धती, कार्यानुभव व सातत्यपूर्ण अंतर्गत प्रशिक्षण यासाठी पायाभूत मंच आहे. त्यामुळे प्रशासन अतिरिक्त कौशल्ये प्राप्त करण्यास आणि सर्वोत्तम कार्यक्षमता व दृढ संघभावना साध्य करण्यासाठी व्यावसायिक भांडवलाची पुनर्रचना करण्यास उद्युक्त होते.

वेगवेगळ्या विभागांतील अधिकाऱ्यांनी या नेतृत्वमालिकेत व्याख्यान दिले आहे. या मालिकेत पहिले व्याख्यान श्री. ए. अन्बारसु यांनी दिले, त्यानंतर श्री. कंदवेलू, श्री. जी. श्रीनिवास - नायब राज्यपालांचे भूतपूर्व अतिरिक्त सचिव असून त्यांनी पुदुच्चेरीत जीएसटीच्या कार्यान्वयनात महत्त्वाची भूमिका बजावली आहे - यांच्यासह अन्य अधिकारी या मालिकेत सहभागी झाले आहेत.

''नेतृत्व मालिका हा पुदुच्चेरीतील राजनिवासामध्ये सुरू झालेला अनोखा उपक्रम आहे. माननीय नायब राज्यपाल महोदयांनी मला या मालिकेच्या दुसऱ्या फेरीत मी माझे अनुभव सांगावेत असे कळवले तेव्हा मी रोमांचित तर झालोच, पण त्याचवेळी मला दडपणही आले. मी पुदुच्चेरीत जीएसटी कार्यान्वित करण्यासंदर्भात आणि व्यावसायिक कर विभागाने दर्जेदार सेवा पुरवण्यासाठी व कर चुकवेगिरीला आळा घालण्यासाठी केलेल्या काही उपाययोजनांबाबत थोडक्यात सादरीकरण केले. यानिमित्ताने स्वत:चे अनुभव 'शेअर' करण्याबरोबरच, इतर अनुभवी अधिकाऱ्यांची व्याख्याने ऐकून त्यातून शिकण्याचीही संधी लाभते असे मला वाटते. आपल्या करिअरच्या वाटचालीत त्याचा खूप उपयोग होतो,'' जी. श्रीनिवास सांगतात.

चित्रपटांचे प्रदर्शन असो, व्याख्यानाचा कार्यक्रम असो व सण-उत्सव साजरे करणे असो, त्यासाठी राजनिवासाचा प्रत्येक भाग वापरला जात होता, तर आता स्वागतकक्षाचे रूपांतर कलादालनात का बरे करू नये?

कला व संस्कृतीचा रसास्वाद
राजनिवास कला व संस्कृती मालिका

Lgov_Puducherry-माननीय नायब राज्यपाल @TheKiranBedi यांनी छायाचित्र प्रदर्शनाद्वारे राजनिवास कला व संस्कृती मालिकेचा अधिकृत आरंभ केला. या छायाचित्र प्रदर्शनात एस. सुकुमार यांनी टिपलेल्या # फिफा # वर्ल्ड कप २०१८ मधील सर्वोत्तम क्षणचित्रांचा समावेश आहे. आगामी काळात या मालिकेत कला व संस्कृतीविषयक विविध कार्यक्रम आयोजित केले जाणार आहेत.

६ ऑगस्ट २०१८

नायब राज्यपाल म्हणून काम करत असताना, डॉ. किरण बेदींनी कोणतेही क्षेत्र अस्पर्श ठेवलेले नाही. त्यांनी या कला व संस्कृती मालिकेद्वारे राजनिवासात कला व संस्कृतीलासुद्धा प्रोत्साहन दिले आहे. रंगकला, दृश्यकला, ललित कला यासह इतर कलाप्रकारांना चालना देण्यासाठी हा उपक्रम सुरू करण्यात आला असून, पारंपरिक स्थानिक कला व संस्कृतीला प्रोत्साहन देणे व नामवंत कलावंतांच्या कलाकृती प्रदर्शित करणे हा या उपक्रमाचा उद्देश आहे.

त्यासाठी राजनिवासच्या प्रतीक्षाकक्षामध्ये कलादालन सुरू करण्यात आले आहे. तिथे वेगवेगळ्या कलावंतांच्या कलाकृती अतिशय सुंदररीत्या मांडल्या आहेत. लोक माननीय नायब राज्यपालांना भेटायला आलेले असताना, ते प्रतीक्षा कक्षात थांबलेले असतात, तेव्हा ते या कलाकृती पाहू शकतात.

“या कला व संस्कृती मालिकेत, राजनिवासाच्या ऐतिहासिक वास्तूचे सज्जे सर्जनशील व रंगकला प्रदर्शित करण्यासाठी पार्श्वभूमी बनले. तुरुंगातील कैद्यांनी साकारलेली चित्रे, डॉ. किरण बेदींच्या पुदुच्चेरीतील एक हजार दिवसांच्या कार्यकालातील छायाचित्रे, तसेच स्वत: डॉ. किरण बेदींनी टिपलेली छायाचित्रे, वेदिक स्तोत्रपठण,

शहरातील वनराईमधील वन्यजीवन... अशा विविध गोष्टींनी या मालिकेतील नऊ प्रदर्शने सजली आहेत,'' आशा गुप्ता सांगतात.

या मालिकेतील चौथे प्रदर्शन अत्यंत खास होते. त्यामध्ये कालापेट आश्रमात सुधार-कार्यक्रमातील कैद्यांनी बनवलेल्या कलाकृती मांडण्यात आल्या होत्या. या प्रदर्शनाचे शीर्षक होते 'आशेचा दीप पुन्हा चेतवताना...' या प्रदर्शनात २१ कलाकृतींचा समावेश होता.

कैद्यांसाठी सुरू केलेले हे प्रशिक्षण ही अगदी सामान्य कृती होती, पण ते त्यांच्यासाठी अत्यंत मोठे प्रोत्साहन होते. त्यांनी अधिकाऱ्यांच्या साहाय्याने व 'सीएसआर'च्या भागीदारीच्या पाठिंब्याने काही उत्कृष्ट कलाकृती घडवल्या.

जलसमृद्ध पुदुच्चेरी, शहरातील वन्यजीवन अशा विषयांवरील प्रदर्शने, तसेच माननीय नायब राज्यपाल महोदयांनी प्रात:काली त्यांच्या व्यायामाच्या वेळादरम्यान राजनिवासातील हिरवळीवरून टिपलेली छायाचित्रे... हा सगळा राजनिवास कला व संस्कृती मालिकेतील लक्षवेधी ठेवा आहे.

राजनिवासाचे लोकनिवासात रूपांतर करण्यास जे प्रमुख उपक्रम साहाय्यभूत ठरले त्यातील एक महत्त्वपूर्ण उपक्रम म्हणजे ही मालिका होय.

राजनिवासात सर्व सण-उत्सव अधिकारी व अभ्यागतांसह मोठ्या उत्साहाने साजरे केले जातात.

एकात्म भावना : सण-उत्सव साजरे करणे

@TheKiranBedi - नववर्षाच्या पूर्वसंध्येला राजनिवास भवनात सर्व अभ्यागतांचे स्वागत आहे. दिवाळी, २६ जानेवारी, १५ ऑगस्ट व पोंगल प्रमाणेच. संध्याकाळी सहा वाजल्यापासूनच लोकांचा सतत ओघ सुरू आहे. वाद्याच्या मंद सुरावटीसोबत कारंजे थुईथुई नाचत आहे. लोक छायाचित्रे घेत आहेत.

३१ डिसेंबर २०१७

'**रा**जनिवास'मध्ये सण-उत्सव नेहमी अतिशय उत्साहाने साजरे केले जातात. प्रत्येक सण-उत्सव लोकांसमवेतच साजरा करायचा असे डॉ. बेदींचे मत असल्यामुळे राजनिवास टीम ते अत्यंत पारंपरिक पद्धतीने साजरे करण्याच्या योजना आखते.

'पोंगल'च्या वेळी बैलगाडी आणली जाते, प्रौढांसाठी रांगोळी स्पर्धा घेतली जाते, लहान मुले बनपाव खाण्याच्या मजेशीर स्पर्धेत भाग घेतात. त्याचबरोबर मनोरंजन व भोजन असतेच.

नाताळच्या वेळी सांताक्लॉज येतो, त्याच्यासोबत 'कॅरोल्स' गाणाऱ्यांचा समूहही येतो. पाहुण्यांना केक दिला जातो.

रमजानच्या वेळी इफ्तार पार्टीचे आयोजन केले जाते. त्या वेळी डॉ. बेदी स्वत: त्यात सहभागी होतात. त्या लोकांचे स्वागत करतात, त्यांच्यासोबत प्रार्थना करतात व त्यांना भोजन वाढतात.

राजनिवासमध्ये 'बसंत पंचमी'चा उत्सवसुद्धा साजरा केला जातो. त्या वेळी जवळच्या गुरुकुलातील मुले तिथे येतात व श्लोकपठण करतात.

"राजनिवास परिवाराच्या कुटुंबीयांसोबत पोंगल हा प्रादेशिक सण साजरा केल्यानंतर, नाताळच्या वेळी विशेष गृहांमधील मुले, नन्स, ज्येष्ठ नागरिक यांना व 'कॅरोल' गायकांना आमंत्रित केले होते. पूर्वी राजनिवासातील इफ्तार पार्टी म्हणजे मांसाहारी खाद्यपदार्थांची लयलूट, अमर्याद पाहुणे आणि अर्थातच भरपूर खर्च असे

समीकरण असे. पण या बदलाच्या वाऱ्यासोबत, राजनिवासातील 'इफ्तार' म्हणजे प्रार्थनेची सायंकाळ व प्रतीकात्मक उपास सोडणे असे समीकरण बनले. या बाबतीत साधेपणा आणला गेला आणि शिष्टाचार व अगत्य यांना प्राधान्य देण्यात आले," आशा गुप्ता सांगतात.

स्वातंत्र्यदिन, प्रजासत्ताक दिन, नववर्षाची पूर्वसंध्या अशा दिवशी राजनिवासचे उद्यान आकर्षक रोषणाईने उजळलेले असते व त्या दिवशी पाहुण्यांना तिथे येऊन त्या सौंदर्याचा आस्वाद घेण्याची व छायाचित्रे घेण्याची परवानगी असते. अशाप्रकारे, डॉ. बेदींच्या सहृदय नेतृत्वाखाली राजनिवासमध्ये एकात्मता व बंधुभाव जपला जात आहे.

डॉ. बेदी 'प्रेरणेने भारलेले नेतृत्व' या गोष्टीचे महत्त्व जाणतात, त्यामुळे ते घडवण्यासाठी तरुण उमेदवारांना नायब राज्यपालांच्या सचिवालयात येऊन कामाचा अनुभव घेऊ देणे यापेक्षा चांगला मार्ग कोणता असेल?

भावी नेतृत्वाची जडणघडण

सामाजिक नेतृत्वासाठी इंटर्नशिप्स - राजनिवास यूथ एंगेजमेंट - प्रोग्रॅम

> @TheKiranBedi : आपण विद्यापीठातील विद्यार्थ्यांना विविध सरकारी खात्यात 'इंटर्न' म्हणून नेमू शकतो. त्यायोगे, आवश्यक ती संवेदनक्षमता निर्माण होऊ शकेल... @ पीएमओइंडिया
> २४ ऑगस्ट २०१६

डॉ. किरण बेदी देशातील व जगभरातील कोट्यवधी तरुणांसाठी आदर्श आहेत... 'रोल मॉडल'. त्यांनी तरुण नेतृत्व घडवण्याच्या उद्देशाने राजनिवासाची द्वारे तरुणांसाठी खुली करायचे ठरवले आणि या संकल्पनेतून 'राजनिवास यूथ एंगेजमेंट प्रोग्रॅम' साकार झाला.

या कार्यक्रमात सुरुवातीला एकावेळी जास्तीत जास्त ३ ते ४ इंटर्न्स (पाळीपाळीने) घेण्यात आले. पुढे २०१९च्या उन्हाळ्यात हा कार्यक्रम पूर्णवेळ करण्यात आला आणि त्यामध्ये भावी नेतृत्व म्हणून स्वत:ची जडणघडण करण्यासाठी २३ इंटर्न्स सहभागी झाले.

'राजनिवास यूथ एंगेजमेंट प्रोग्रॅम' हा व्यापक विकासात्मक कार्यक्रम आहे. त्याचे उद्दिष्ट आहे विद्यार्थ्यांना आपल्या गतिशील कार्यसंस्कृतीचा अनुभव देणे. याद्वारे त्यांचे शैक्षणिक ध्येय अधिक उन्नत होणे, तसेच त्यांना करिअरची वाट ठरवण्यात साहाय्य होणे अपेक्षित होते.

या कार्यक्रमाला प्रचंड प्रतिसाद मिळाला. २०१९ साली उन्हाळी इंटर्नशिपबाबत आवाहन केल्यानंतर 'राजनिवास'कडे बरेच अर्ज आले. या सर्व उमेदवारांना या उपयुक्त इंटर्नशिपच्या माध्यमातून देशाची सेवा करायची होती. या सर्व अर्जांचे मूल्यमापन करून, त्यातून देशाच्या विविध राज्यांतील व पुदुच्चेरीतीलही सर्वोत्तम विद्यार्थ्यांची नेमणूक करण्यात आली.

या 'यूथ डेव्हलपमेंट प्रोग्रॅम'चे प्रमुख ध्येय होते - 'यू द पर्सन, यू द प्रोफेशनल'. या कार्यक्रमात अनुभवी मार्गदर्शनातील अनेक घटकांचा व विद्यार्थ्यांचे शिक्षण, अनुभव व त्यांना रस असलेली क्षेत्रे विचारात घेऊन दिल्या जाणाऱ्या प्रशिक्षणाचा समावेश होता, ज्यायोगे विद्यार्थ्यांना त्यांच्या व्यक्तिगत व व्यावसायिक आयुष्यांचा समतोल राखण्याबद्दल व स्वत:चे आयुष्य समृद्ध करण्याबद्दल शिकता येऊ शकेल.

या इंटर्न्ससाठी व्याख्यानांबरोबरच पाककलाविषयक सत्रे, शैक्षणिक भेटी, तसेच 'फील्ड व्हिजिट्स' अशा गोष्टींचा समावेश असलेला कार्यक्रम तयार केला आहे. या विद्यार्थ्यांना थेट नायब राज्यपाल महोदया व राजनिवासातील टीममधील इतर ज्येष्ठ सदस्यांच्या देखरेखीखाली विविध प्रकल्पांत काम करण्याची संधी देऊन त्यांच्यात ऊर्जा चेतवणे हा या कार्यक्रमाचा उद्देश आहे व त्यादृष्टीने हा कार्यक्रम तयार केलेला आहे.

''माझ्या मते, प्रत्येक सरकारी कार्यालयाने त्यांची द्वारे अशा 'इंटर्नशिप प्रोग्रॅम'साठी खुली केली पाहिजेत, ज्यायोगे तरुणाईला सरकारी कार्यालयांचे कामकाज कसे चालते, धोरणे कशी ठरवली जातात याची ओळख होईल आणि कार्यालयांनाही या ताज्या झुळकीसारख्या आलेल्या तरुणाईकडून नव्या कल्पना घेता येतील, कारण ही तरुणाई अत्यंत नवे विचार व कल्पना घेऊन येतील,'' डॉ. किरण बेदी सांगतात.

आपल्या 'आयकॉन' व आदर्श व्यक्तीची थेट भेट घडणे व तिचे मार्गदर्शन लाभणे हा तरुणांसाठी अर्थातच अत्यंत अभिमानाचा क्षण असतो... अगदी अविश्वसनीय वाटण्याजोगा!

''तुम्ही इथे का आला आहात ते आधी जाणून घ्या, तुम्ही जो मार्ग निवडत आहात त्यामागे काय उद्देश आहे तो जाणून घ्या आणि मग त्या दिशेने वाटचाल करा,'' डॉ. बेदी या विद्यार्थ्यांना सांगतात आणि प्रत्येक पावलावर त्यांना व्यक्तिश: मार्गदर्शन करतात. त्या त्यांना स्फूर्तिदायी विचार ऐकवतात, त्याचप्रमाणे त्यांच्यावर प्रभाव पडण्याजोगे व्हिडिओ दाखवतात आणि त्यांना गजराचे घड्याळ भेट देऊन ''जागे व्हा झोपाळूंनो!'' असेही बजावतात.

राजनिवासमध्ये उन्हाळी इंटर्नशिपसाठी आलेल्या २३ तरुण मुलामुलींच्या मनावर डॉ. बेदींनी कायमची छाप सोडली आहे.

खरोखर, या सर्व उपक्रमांनी - मग तो व्हिजिटर्स अवर असो, चित्रपट मालिका, व्याख्यानमाला, नेतृत्व मालिका, इंटर्नशिप्स अथवा कला व संस्कृती मालिका असो, राजनिवास हे 'लोकनिवास' बनवण्यात योगदान दिले आहे. मुक्तद्वार या उपक्रमाने तर ते 'विश्वास निवास' बनवले आहे आणि डॉ. किरण बेदींच्या या

उपक्रमांपेक्षा, कार्यमग्न नेतृत्वाचे यापेक्षा चांगले उदाहरण कोणते असेल?

व्यवस्थापनाचा धडा

तुम्ही नेता म्हणून जितके यशस्वी होता, तितके तुमच्यापर्यंत पोहोचण्याचे मार्ग खुंटत जातात. पण लक्षात ठेवा, लक्षणीय नेता बनण्यामध्ये, तुम्ही उपलब्ध असणे हा फार महत्त्वाचा घटक असतो. तुमची ज्यांना गरज आहे त्यांच्यासाठी उपलब्ध राहण्यासाठी जाणीवपूर्वक प्रयत्न करा व त्यांच्यासाठी उपलब्ध राहा.

* लोकांना भेटण्यासाठी (तुम्ही सरकारी सेवेत असाल तर लोकांची गाऱ्हाणी ऐकण्यासाठी) ठरावीक वेळ राखून ठेवा.
* तुमच्या कार्यालयात लोकांना येता येईल अशा दृष्टीने उपक्रम हाती घेण्यास प्रोत्साहन द्या, तसेच भावी नेतृत्वालाही प्रोत्साहन द्या.

''मी इथे राजनिवासात बसण्यासाठी आलेली नाही, त्यामुळे मी मला संधी मिळाल्याक्षणी बाहेर पडते,'' डॉ. बेदी सांगतात. त्या पूर्णत: 'फील्ड' केंद्रित आहेत, त्यामुळे त्या समस्या असलेल्या ठिकाणी प्रत्यक्ष भेट देऊन ती समस्या सोडवली पाहिजे असे मानतात. दर आठवड्याच्या अखेरीस, त्यांचा हा कार्यक्रम हमखास असतो.

अडथळे ओलांडून पलीकडे जाणे : 'कम्फर्ट झोन' बाहेर पडणे - आठवड्याच्या अखेरीस प्रभातफेरी

विचारधन

नेतृत्व

टीम राजनिवास सतत 'कम्फर्ट झोन' बाहेर पडून, समाजातील विविध घटकांना त्यांची भूमिका व अस्तित्व लक्षात यावे, त्याचे मोल समजावे यासाठी सचेत करत आहे. नेतृत्वाच्या सर्व जबाबदाऱ्यांमधली ही एक महत्त्वाची जबाबदारी आहे.

– डॉ. किरण बेदी

@TheKiranBedi - आज #हरित पुदुच्चेरी या अभियानाचा प्रारंभ ७०व्या वाढदिवशी करण्यात आला. कंगन सरोवर परिसरातील रहिवाशांचे सहकार्याबद्दल आभार. इथून पुढे आठवड्याच्या अखेरीस होणाऱ्या प्रभातफेऱ्या हरित पुदुच्चेरी अभियान सुरू ठेवण्यासाठी समर्पित असतील. आज टीम राजनिवासची २१९ वी प्रभातफेरी होती.

९ जून २०१९

"'कम्फर्ट झोन' मध्ये राहून कधीही महान गोष्टी घडत नाहीत," असे कुणीतरी म्हटले आहे, ते किती योग्य आहे. याच वचनानुसार, राजनिवास टीम डॉ. किरण बेदींच्या नेतृत्वाखाली दर आठवड्याच्या अखेरीस प्रभातफेरी काढते व ज्या भागात आवश्यकता असेल तिथे प्रत्यक्ष भेटी देते.

'फील्ड व्हिजिट्स' हा डॉ. किरण बेदींच्या कार्यशैलीचा कायमच भाग राहिला आहे. त्या पोलीस खात्यात होत्या, तेव्हासुद्धा त्या कायम रस्त्यांवर दिसत असत.

"मी नायब राज्यपाल म्हणून पदभार स्वीकारल्यानंतर अगदी पहिल्याच आठवड्याच्या शेवटी, मी आठवडी प्रभातफेरीला सुरुवात केली. माझी पहिली प्रभातफेरी होती ती माननीय विधानसभाध्यक्षांच्या मतदारसंघातून तुंबलेल्या गटारींसंदर्भात आलेल्या तक्रारीची दखल घेण्यासाठी. ते तेथील रहिवाशांचे शिष्टमंडळ घेऊन मला भेटायला आले होते. त्यांना या समस्येवर उपाय हवा होता. मी त्यांच्या विनंतीवरून त्या निवासी वसाहतीत गेले आणि तेथील परिस्थिती पाहिल्यावर, त्यासंदर्भात हस्तक्षेप करणे अत्यावश्यक असल्याचे माझ्या लक्षात आले.

" 'फील्ड व्हिजिट'साठी येण्याची दुसरी विनंती आमदार श्री. लक्ष्मीनारायण यांनी 'ग्रॅन्ड कनॅल'च्या स्वच्छतेसंदर्भात केली. मी त्यांच्यासोबतही तिथे जाऊन भेट दिली आणि तिथली परिस्थिती अत्यंत वाईट असल्याचे स्वत:च्या डोळ्यांनी पाहिले. प्रत्यक्ष ठिकाणचे वास्तव कदाचित सर्वस्वी वेगळेच असू शकते. त्या वेळी मला वाटले, की परिस्थिती जलद बदलण्यासाठी मला 'कम्फर्ट झोन' बाहेर पडून, नियमित 'फील्ड व्हिजिट्स' करणे आवश्यक आहे. मग मी त्यासाठी आठवड्याच्या अखेरच्या दिवशी सकाळचा वेळ राखून ठेवला, कारण तो वेळ माझा स्वत:चा असतो. त्या वेळात कार्यालयीन कामकाज खोळंबून राहत नाही," डॉ. किरण बेदी सांगतात. त्यांनी या भेटी मुद्दाम दर आठवड्याच्या शेवटी ठेवल्या आहेत. त्या कधी सायकलवरून, कधी कारने तर कधी बसमधून त्यांच्या संपूर्ण टीमसमवेत या प्रभातफेऱ्या करतात आणि या प्रभातफेऱ्यांनी खऱ्या अर्थाने चित्र पालटून टाकले आहे... त्यांच्या या प्रत्यक्ष भेटी 'गेम चेंजर' ठरल्या आहेत.

पाण्याच्या कालव्यांतील गाळ काढून ते स्वच्छ करणे असो... पुदुच्चेरीला जलसमृद्ध बनवणे असो... तलावांचे पुनरुज्जीवन असो... हेल्मेट वापराबद्दल जनजागृती असो... स्वच्छ सायकल रॅली असो... त्यांच्या या आठवडी प्रभातफेऱ्यांचा मोठा ठसा उमटला आहे आणि पुदुच्चेरीच्या प्रशासकीय इतिहासाच्या पानांवर त्या सदैव स्मरणात राहतील.

" 'ओपन हाउस'मध्ये येणाऱ्या तक्रारी किंवा ई-मेल्सद्वारे येणाऱ्या तक्रारी अथवा सोशल मीडियाच्या अन्य माध्यमांद्वारे किंवा काहीवेळा तर बातम्यांच्या माध्यमातून येणाऱ्या तक्रारींसंदर्भात या प्रभातफेऱ्या हे उपयुक्त पाऊल ठरत आहे. एडीसी त्या भागातील एमएलएंना या भेटीबद्दल कळवतात, मग टीम मॅडम महोदयांसोबत त्या ठिकाणी पोहोचतात. त्या ठिकाणी प्रत्यक्ष भेट देऊन समस्या जाणून घेतली जाते, तिचा अभ्यास करून ती सोडवण्याच्या दृष्टीने विचार केला जातो व त्यानुसार संबंधित विभागाला ताबडतोब कार्यवाही करण्यास सांगितले जाते. या आठवडी प्रभातफेऱ्यांदरम्यान, काय कार्यवाही केली याचाही आढावा घेतला जातो," थेवा नीती धस सांगतात.

ऑक्टोबर २०१९ पर्यंत, या टीमने २३४ आठवडी फेऱ्या केल्या आहेत. त्यातून त्यांनी वेलरामपेट सरोवर, कनगन सरोवर, ओस्सुडु सरोवर अशा काही जलाशयांचे पुनरुज्जीवन केले आहे. तुंबलेले कालवे, जलप्रवाह व गटारी गाळ काढून स्वच्छ केले आहेत. समुद्रकिनाऱ्याचे अंशत: पुनरुज्जीवन केले आहे, तसेच काही खेड्यांना भेटी दिल्या आहेत. या प्रभातफेऱ्यांच्या निमित्ताने, डॉ. किरण बेदी व त्यांच्या टीमला शहरातील स्वच्छतेचाही आढावा घेता आला आणि त्यातूनच त्यांनी 'स्वच्छ पुदुच्चेरी' या ध्येयासाठी काम सुरू केले.

''या आठवडी फेऱ्या म्हणजे तळागाळातील लोकांपर्यंत पोहोचून, सामान्य माणसाच्या गरजांची दखल घेण्याचा प्रयत्न असे म्हणता येईल. लोक माननीय नायब राज्यपाल महोदयांच्या या प्रभातफेरीची वाट पाहत असतात, कारण लोकांच्या तक्रारींची दखल घेतली जाते आणि घडणाऱ्या सुधारणा, ठळक लक्षात येण्याजोग्या आहेत,'' नायब राज्यपालांचे भूतपूर्व अतिरिक्त सचिव जी. श्रीनिवास सांगतात. बहुतेकशा प्रभातफेऱ्यांना नायब राज्यपाल महोदयांसोबत त्यांनीही हजेरी लावली आहे.

या वर्षी डॉ. बेदींनी त्यांच्या ७०व्या वाढदिवशी घोषणा केली, की आता इथून पुढच्या काळात, त्यांच्या प्रभातफेऱ्या 'हरित पुदुच्चेरी'साठी असतील आणि दर आठवड्याच्या अखेरीस त्या नदीकिनारी व सार्वजनिक ठिकाणी वृक्षारोपण करतील. त्यांच्या या कार्यात समाजाच्या सर्व स्तरांतील लोकांचे स्वागत होते, फक्त त्या सर्वांनी येताना सोबत बिया व रोपे आणायची होती. त्यांनी कनगन तलावाकाठी वृक्षारोपण करून या 'हरित पुदुच्चेरी' अभियानाला प्रारंभ केला.

''या आठवडी प्रभातफेऱ्या नक्कीच डोळे उघडणाऱ्या व 'गेम चेंजर' ठरल्या आहेत, पण जर आमच्याकडे लोकनियुक्त सरकार स्वागतशील असते, तर त्यांचा अधिक फायदा झाला असता. येथील लोकांना नेहमी सक्रिय राज्यपाल हवे होते आणि त्यांच्यासोबतच्या या आठवडी प्रभातफेऱ्या लोकांसाठी शिकण्याची व हा अनुभव मनात जपून ठेवण्याची संधी आहे. यासंदर्भात राजकीय संघर्षाला तोंड द्यावे लागते, पण मॅडमनी या अडथळ्यांना त्यांच्या निश्चयाआड येऊ दिलेले नाही, त्यांनी या आठवडी प्रभातफेऱ्यांत खंड पडू दिलेला नाही,'' आर. श्रीधरन सांगतात.

नायब राज्यपाल... स्वत: सायकल घेऊन रस्त्यांवर उतरणाऱ्या लोकांना हात करणाऱ्या... स्वच्छता कर्मचाऱ्यांजवळ थांबून त्यांना धन्यवाद देणाऱ्या... कधीकधी तर स्वत: हातमोजे चढवून केरकचरा उचलणाऱ्या... हे दृश्य पुदुच्चेरी कधीही विसरणार नाही.

''आठवड्याच्या शेवटी, सकाळी-सकाळी बिछान्यात बसून, आरामात चहाचा आस्वाद घेणे छानच वाटले असते, पण मी निवांत आराम करण्याऐवजी काम

करायचे ठरवले, कारण मी जर राजनिवासात बसून राहिले तर बाहेरच्या समस्या सोडवता येणार नाहीत. मी बाहेर पडून, त्या समस्या प्रत्यक्ष पाहणे आवश्यक होते आणि जेव्हा आम्ही नेते रस्त्यावरून चालायला/ दुचाकीवरून जायला सुरुवात करतो, तेव्हा त्या समस्यांकडे आपोआप लक्ष दिले जाते. त्यामुळे आपण 'कम्फर्ट झोन' बाहेर पडणे फार महत्त्वाचे असते,'' डॉ. किरण बेदी सांगतात.

त्या प्रवासात कुठेही असल्या, तरी त्यांनी कधीही ही आठवडी प्रभातफेरी चुकू दिलेली नाही. त्यांनी 'रॅली फॉर रिव्हर्स' अभियानासाठी चण्डीगढमध्ये सायकलयात्रा केली, तर त्यांनी कराईकलमध्ये आठवडाभर तळ ठोकून तेथील परिस्थितीचा आढावा घेतला. त्या परिसराची पाहणी करण्यासाठी एका इमारतीच्या भिंतीवर चढल्या होत्या ही त्या वेळी मथळ्याची बातमी झाली होती.

''मॅडमसोबत प्रभातफेरीला जाताना, मी २५ वर्षांनी सायकल चालवली. मी काही महिन्यांपूर्वीची त्यांच्या टीममध्ये सहभागी झालो. त्यांच्यासोबत काम करताना खूप शिकायला मिळते. त्यांची ऊर्जा संसर्गजन्य आहे आणि त्या अगदी छोट्यात छोट्या यशाचेसुद्धा ज्या प्रकारे कौतुक करतात, त्या कामगिरीची प्रशंसा करतात, ते अतिशय स्तुत्य व अनुकरणीय आहे,'' नायब राज्यपालांचे अतिरिक्त सचिव एस. डी. सुंदरेसन सांगतात.

या आठवडी प्रभातफेऱ्यांमुळे लोकांचा अधिकाऱ्यांवरचा आणि समस्या सोडवण्यासंदर्भात सरकारच्या क्षमतेवरचा विश्वास वृद्धिंगत झाला.

व्यवस्थापनाचा धडा

'फील्ड ट्रिप्स' शिकण्याचा सर्वांत महत्त्वाचा स्रोत मानल्या जातात आणि एखादा नेता जेव्हा नियमित 'फील्ड ट्रिप्स' करतो, तेव्हा तो अधिक प्रमाणात दृष्टीस पडतो आणि त्यामुळे सकारात्मक परिणाम दिसतात. सर्व सरकारी अधिकाऱ्यांनी 'फील्ड व्हिजिट्स'साठी ठरावीक वेळ राखून ठेवला पाहिजे. त्यांनी पायी चालत अथवा दुचाकीवरून फिरले पाहिजे, खेडोपाडी गेले पाहिजे आणि तक्रारींची दखल घेतली पाहिजे.

सहृदय नेतृत्व आपल्या बरोबरीचे लोक व त्यांचे कनिष्ठ या दोघांनाही मार्गदर्शन करणे व स्वत: शिकणे यांचे महत्त्व जाणते. डॉ. बेदी अशाच नेता आहेत. त्यांनी पुदुच्चेरी प्रशासनाच्या कार्यपद्धतीत सुधारणा घडवण्यासाठी बैठका व विभागांना भेटी असा एक विशिष्ट 'पॅटर्न' तयार केला.

मार्गदर्शनाच्या माध्यमातून प्रेरणा जाणवणे : मार्गदर्शन, स्व-मूल्यमापन व मूल्यांकन

विचारधन

नेतृत्व

नेता सतत स्वत:ची छाप ठेवत असतो. तो/ ती कशाप्रकारे नेतृत्व करत आहे यावर सर्वांचे लक्ष असते. वैयक्तिक व व्यावसायिक जबाबदाऱ्या पार पाडताना तो त्याला मूल्यांची जोड कशा प्रकारे देतो? नेते स्वत:चे स्वत: नियमित परीक्षण करतात... सेल्फ-ऑडिट. या परीक्षणामुळे ते स्वत:मध्ये सुधारणा घडवू शकतात, ते स्वत:च्या चुकांवर पांघरूण घालत नाहीत किंवा चुकीच्या गोष्टी अथवा उणिवांसमोर हात टेकत नाहीत.

– डॉ. किरण बेदी

व्यक्तिगत ज्ञानसंपादन : थेट भेट

> @TheKiranBedi संचालक-पर्यावरण, विज्ञान व तंत्रज्ञान आणि सहकारी सोसायटीज यांच्याशी थेट भेट. १९ सप्टेंबर रोजी झालेल्या बैठकीपेक्षा आज त्या अधिक समृद्ध होऊन परत आल्या. त्यांच्या योगदानाची प्रशंसा व त्याच्या कार्याचे मोल सांगितल्यावर त्या म्हणाल्या, ''आपण हे आपल्या करिअरच्या सुरुवातीपासूनच करायला हवे होते.''
>
> १९ ऑक्टोबर २०१८

कामाचा अत्यंत समृद्ध अनुभव व तळमळीच्या शिक्षिका असलेल्या डॉ. किरण बेदींनी अधिकाऱ्यांची कामगिरी सुधारण्यासाठी त्यांना मार्गदर्शन, प्रशिक्षण देणे, त्यांना कार्यप्रवृत्त व प्रेरित करणे हे काम हाती घेतले. यासाठी त्यांनी 'थेट भेट' स्वरूपाच्या बैठकांची संकल्पना साकार केली. दररोज सकाळी ९ वाजता एखाद्या विशिष्ट विभागाच्या मुख्य अधिकाऱ्याला भेटायचे, त्यांची कार्यशैली समजून घेण्याचा प्रयत्न करायचा, त्यांना काय समस्या आहेत हे जाणून घ्यायचे आणि त्यांना त्यांच्या कामात सुधारणा कशा करता येतील याबद्दल मार्गदर्शन करायचे, ज्यायोगे त्या विभागाची कामगिरी अधिक चांगली होईल, असा डॉ. बेदींनी शिरस्ता घालून दिला आहे.

''या 'थेट भेट' स्वरूपाच्या बैठकांमुळे अधिकाऱ्यांना त्यांच्या समस्या खुलेपणे मांडता येऊ लागल्या, एरवी संयुक्त बैठकीत या समस्या त्यांना मांडता आल्या नसत्या. मॅडम त्यांच्या समृद्ध कार्यानुभवाच्या आधारे त्यांना मार्गदर्शन करतात आणि स्वत:चा वेळ व कार्यालय यांचा उपयोग त्यांना अधिक चांगले 'टीम लीडर्स' बनवण्यासाठी करतात,'' थेवा नीती धस सांगतात.

मार्गदर्शन, संचालन, 'ब्रीफिंग्ज' दरम्यान आधार देणे या गोष्टींचा उपयोग तक्रार निवारण, विभागीय धोरणे, आदर्शवत कार्यपद्धती ठरवणे, 'फील्ड व्हिजिट्स'चे

महत्त्व समजून घेणे, हाताखालच्या कर्मचारीवर्गाशी संबद्ध होणे, आढावा बैठकांचे आयोजन व 'ओपन हाउस' सत्रांचे वेळापत्रक ठरवणे अशा कामांमध्ये वापरल्या जाणाऱ्या प्रशासकीय पद्धतीत सुधारणा घडवण्यासाठी झाला.

डॉ. किरण बेदींनी या मंचाचा उपयोग केवळ अधिकाऱ्यांना मार्गदर्शन करण्यासाठीच केला नाही, तर हे अधिकारी आपापल्या विभागांमध्ये ज्या उत्तम व अनुकरणीय कार्यपद्धती अनुसरत होते, त्या जाणून घेण्यासाठीही त्यांनी या मंचाचा उपयोग करून घेतला.

डॉ. बेदी या 'थेट भेट' बैठका राजनिवासात घेत असत, त्यानंतर त्यांच्या लक्षात आले, की या विभागांची कार्यपद्धती अधिक चांगल्या प्रकारे समजून घेण्यासाठी त्या विभागांना भेट देणेही आवश्यक आहे. म्हणून त्या रोज सकाळी ९ वाजता विभागाला भेट देण्यासाठी जाऊ लागल्या. हा अनोखा उपक्रम होता.

ज्ञानसंपादन व मार्गदर्शन

विविध विभागांना भेट... 'फील्ड व्हिजिट्स'

> @TheKiranBedi - आज सकाळी कामगार विभागाला 'ऑफिस व्हिजिट' दिली. तिथे तंत्रज्ञानाचा उपयोग अधिक चांगल्याप्रकारे केला जात असल्याचे दिसले. साहाय्य करणे, व्यवहारात सुलभता येणे यादृष्टीने अंतर्गत समन्वय अधिक चांगल्याप्रकारे असण्याची गरज लक्षात आली. येथील लोक नवा उत्साह जागण्यास/अद्ययावत होण्यास साहाय्य व्हावे म्हणून १६ फेब्रुवारी रोजी स्व-मूल्यमापन चाचणी घेणार आहेत.
>
> २५ जानेवारी २०१९

डॉ. किरण बेदींनी त्यांच्या कार्यालयात विविध अधिकाऱ्यांच्या 'थेट भेट' बैठका घेण्यास सुरुवात केली. त्यापुढचे पाऊल म्हणजे, त्यांनी विविध विभागांच्या कार्यालयांना भेट देऊन तेथील संपूर्ण टीमसोबत संवाद साधायचे ठरवले. यामागचा उद्देश होता - त्या त्या कार्यालयाची रचना (सेट-अप) पाहणे, ते कशाप्रकारे काम करतात ते पाहणे व त्यांना त्यामध्ये कशाप्रकारे सुधारणा करता येईल याबाबत मार्गदर्शन करणे.

त्या सकाळी बरोबर साडेनऊ वाजता त्यांच्या टीमसोबत राजनिवासमधून बाहेर पडत असत आणि एखाद्या विभागाला भेट देऊन, तेथील कामकाज कसे चालते हे जाणून घेण्यासाठी तिथे पुरेसा वेळ देत असत.

"मॅडम नेहमी तुमच्याकडे जे आहे त्यापासून सुरुवात करतात, आणि मग पर्यवेक्षणादरम्यान त्या संबंधित विभागांना त्यांच्याकडे जे काही साधनस्रोत असतील त्यांच्या मदतीने अधिक चांगल्याप्रकारे काम करण्यासाठी प्रोत्साहन व मार्गदर्शन देतात," आर. श्रीधरन सांगतात.

त्यांच्या या भेटींमुळे पदानुक्रमाच्या उतरंडीतील दरी दूर होण्यास मदत झाली,

तसेच कार्यपद्धतीच्या व्यवहार्य बाजूसंदर्भात अधिक माहिती मिळणे शक्य झाले आणि संबंधित विभागांमध्ये साधने व परिस्थिती या बाबतीत अधिक स्पष्टता येण्यास मदत झाली. तसेच, या भेटींमुळे आंतरविभागीय प्रलंबित बाबी मार्गी लागण्यासही मदत झाली. या भेटी हा त्यासाठी एक मंच बनला. सेवा अधिक चांगल्याप्रकारे देण्यासाठी तंत्रज्ञानाच्या वापरास प्रोत्साहन दिले जात होते.

या 'फील्ड व्हिजिट्स'मुळे डॉ. किरण बेदी सर्व विभागांतील अगदी शेवटच्या फळीतल्या कर्मचाऱ्यांपर्यंत जोडल्या गेल्या, आणि बरेचदा तर त्या त्या कार्यालयात कामासाठी आलेल्या लोकांशीसुद्धा. उदा. परिवहन विभागात परवान्यासाठी आलेले लोक. डॉ. बेदींना या लोकांना काय समस्या आहेत हे जाणून घेता आले.

या 'फील्ड व्हिजिट'हून परत आल्यानंतर डॉ. बेदी त्यांची निरीक्षणे लिहून ठेवत व पुढच्या 'व्हिजिट' आधी ती त्या त्या विभागातील लोकांशी 'शेअर' करत असत. त्यांनी सर्व विभागांना दिलेले धडे व ही निरीक्षणे 'व्यवस्थापन धडे' म्हणण्याजोगे आहेत.

कामगार विभागाला भेट दिल्यानंतर त्यांनी नोंदवलेली निरीक्षणे :

आजची 'ऑफिस व्हिजिट कामगार विभागात होती.

हा विभाग सेवायोजन कार्यालय, कौशल्यविकास, कामगारांचे प्रश्न, कारखाने, बॉयलर्स व दुकाने यांची तपासणी करणारे कार्यालय व आस्थापना सांभाळतो.

या भेटीचे नेतृत्व श्री. ई. वल्लवन यांनी समर्थपणे सांभाळली. ही भेट अनेक अर्थांनी अत्यंत आश्वासक ठरली.

या विभागात तंत्रज्ञानाचा उपयोग अत्यंत चांगल्याप्रकारे करण्यात आला असून, ठरावीक कालमर्यादेत विभाग आणखी अद्ययावत करण्यासंदर्भात त्यांच्या भावी योजना तयार आहेत.

कामगार अधिकारी, पर्यवेक्षक व आरोग्य अधिकारी या सर्व कर्मचाऱ्यांशी चर्चा केल्यानंतर, व्यवहारात सुलभता आणणे, कौशल्यविकास व रोजगारनिर्मिती या दृष्टीने प्रगती साधण्यासाठी खालील निर्णय घेण्यात आले.

* सेवायोजन कार्यालयातील अर्जामध्ये बदल करून, त्यामध्ये विभागासाठी आवश्यक असलेले कौशल्य व कल यांबद्दलची माहिती नोंदवण्याची व्यवस्था करणे, ज्यायोगे नोकरी व कौशल्यविकास यासंदर्भात कुठे लक्ष केंद्रित करायचे ते समजू शकेल.
* या अर्जामध्ये, उमेदवारांनी कुठल्या प्रकारची इंटर्नशिप अथवा स्वयंसेवा

केली आहे का, याबद्दलची माहिती भरली जावी.

* अर्जदार कामगार विभागासाठी स्वयंसेवक म्हणून काम करायला तयार आहे का, याचीही अर्जामध्ये नोंद असावी. त्यानुसार कामगार विभाग कारखाने/बिगर सरकारी संस्था-संघटनांना नावे सुचवू शकेल.

* विभागात कामकाज कशाप्रकारे चालते, तसेच पुदुच्चेरीत हे काम पार पाडत असताना उत्तम समन्वय राहण्याच्या दृष्टीने ज्या विभागांनी संलग्नपणे काम करणे गरजेचे आहे, त्या विभागांची भूमिका याबद्दल एक विस्तृत 'प्रेझेन्टेशन' तयार करावे.

* हा विभाग त्यांच्या अभ्यासिका 'रोलँड लायब्ररी'शी जोडेल, ज्यायोगे सेवायोजन कार्यालयात येणाऱ्या लोकांना माहिती व मार्गदर्शन मिळेल.

* या विभागाशी संबंधित नियम व कायदे या विषयावर विभागातील लोकांची स्व-मूल्यमापन चाचणी दि. २३ फेब्रुवारी रोजी, सकाळी ९ वाजता 'राजनिवास' येथे घेतली जाईल. याचा उपयोग त्यांना त्यांचे कायदेविषयक व कामाशी संबंधित ज्ञान अद्ययावत करण्यासाठी होईल.

डॉ. बेदींनी सर्व विभागांना भेटी देऊन तिथल्या अधिकाऱ्यांशी संवाद साधला, तेव्हा या अधिकाऱ्यांना स्व-मूल्यमापन चाचणी द्यायला लावणे किती महत्त्वाचे आहे हे त्यांच्या लक्षात आले. ही स्व-मूल्यमापन चाचणी केवळ त्यांची बलस्थाने व कमकुवत बाजू जाणून घेण्यासाठी नव्हती, तर हे अधिकारी ज्या विभागात काम करतात, त्या विभागांबद्दल अभ्यास करून त्याविषयी त्यांना अधिक माहिती जाणून घेता यावी यासाठीही होती.

क्षमताशोध : स्व-मूल्यमापन चाचण्या

> @TheKiranBedi : संबंधित विभागातील प्रमुख अधिकाऱ्यांच्या स्व-मूल्यमापन चाचण्या घेण्याची पद्धत लाभदायक ठरते आहे. ही पद्धत प्रोत्साहक ठरत आहे व त्यामुळे टीम + स्व-शिक्षणाची सवयही रुजते आहे.
>
> २६ फेब्रुवारी २०१९

डॉ. किरण बेदींनी जेव्हा समाजकल्याण विभागाला भेट देऊन तिथल्या कर्मचाऱ्यांशी संवाद साधला, तेव्हा त्यातल्या बहुतेकजणांना त्यांच्या कामाशी संबंधित नियम-कायद्यांची माहिती नसल्याचे पाहून त्या अस्वस्थ झाल्या. त्याच क्षणी त्यांनी स्व-मूल्यमापन चाचण्या घेण्याची पद्धत सुरू करायचे ठरवले आणि त्या लोकांना सांगितले, की मी दोन आठवड्यांनी पुन्हा येईन व तुम्हाला प्रश्नपत्रिका देईन. त्या सर्वांनी त्यांच्या विभागाशी संबंधित कायद्यांचा अभ्यास करून त्या चाचणीसाठी सज्ज व्हायचे होते.

याच कल्पनेतून, सर्व विभागांतील अधिकाऱ्यांसाठी स्व-मूल्यमापनाची पद्धत सुरू झाली. यामागचा उद्देश होता- सार्वजनिक सेवा सुधारणे. लवकरच त्यांनी राजनिवासातील दरबार हॉलमध्ये या चाचण्या घेण्यास सुरुवात केली. सकाळी अनौपचारिक नाश्त्याने दिवसाची सुरुवात व्हायची, त्यानंतर ही चाचणी घेतली जाऊ लागली.

या 'इन-हाउस' मूल्यमापनाचा उद्देश आहे कायद्यांचा अर्थ, त्यातील दुरुस्त्या, सूचना व आदेश याबद्दल अद्ययावत ज्ञान मिळवणे. यासाठी जी रचना म्हणजेच 'मॉड्यूल' तयार केले आहेत, त्याचे तीन भाग आहेत.

पहिला - अधिकाऱ्याचे व्यक्तिगत तपशील.

दुसरा - विषयाधारित प्रश्नावली.

तिसरा - प्रत्येक व्यक्तीचे 'स्वॉट (SWOT) ॲनॅलिसिस'

“या उपक्रमाचा अधिकाऱ्यांना त्यांचे ज्ञान वाढविण्यासाठी उपयोग होतो, तसेच या उपक्रमामुळे त्यांना आणखी अभ्यास करण्यास प्रोत्साहन मिळते आणि या उपक्रमाची त्या सर्वांनी प्रशंसा केली आहे, कारण त्यामुळे त्यांना अधिक ज्ञानसंपन्न बनता येते,” आर. श्रीधर सांगतात. त्यांनी डॉ. बेदींना या चाचण्या घेण्यात मोलाची मदत केली आहे.

या उपक्रमाला प्रचंड राजकीय विरोध झाला, पण डॉ. बेदी स्वत:च्या म्हणण्यावर ठाम होत्या. या चाचण्या विनाव्यत्यय पार पडल्या.

“अधिकाऱ्यांना नियमित व त्यांच्या कार्यकालाच्या मधल्या टप्प्यावर प्रशिक्षण दिले जात नसल्यामुळे, त्यांना नियम, कायदे व कार्यपद्धती याबद्दलचे अद्ययावत ज्ञान नसते. नायब राज्यपालांच्या सचिवालयाने सरकारचे सचिव व विभागांचे प्रमुख यांना कर्मचारी व अधिकाऱ्यांसाठी नियमित प्रशिक्षणाचे आयोजन करण्याचा सतत सल्ला दिला आहे. सुदैवाने, ज्या अधिकाऱ्यांनी स्व-अभ्यासाच्या जोरावर ही चाचणी पार केली आहे, त्यांचा अभिप्राय अत्यंत सकारात्मक आहे. आता त्यांना अधिक आत्मविश्वाससंपन्न वाटत असल्याचे त्यांनी सांगितले आहे. यावरून सातत्यपूर्ण प्रयत्नांची गरज लक्षात येते,” डॉ. बेदींनी सांगितले आणि कायद्यातील तरतुदींनुसार, अशाप्रकारचे प्रशिक्षण कार्यक्रम योग्यरीत्या घेतले जातील याची नायब राज्यपाल प्रशासक म्हणून दक्षता घेऊ शकतात, याचाही पुनरुच्चार केला.

आढावा बैठका हा डॉ. बेदींच्या कार्यशैलीचा दीर्घ काळापासून एक भाग राहिला आहे आणि मासिक आढावा बैठकांमुळे, त्यांच्या परीक्षणानुसार कामाला गती येते आणि पुढील आठवडे व महिन्याचे उद्दिष्ट ठरवता येते.

धोरणे ठरविणे व ध्येयनिश्चिती

आठवडी व मासिक आढावा

@TheKiranBedi : दरमहा आढावा घेण्यामुळे आपण आपल्या कामगिरीबाबत अधिक दक्ष राहतो. पुदुच्चेरीची अधिकाधिक चांगली सेवा करण्यासाठी.

६ डिसेंबर २०१८

डॉ. किरण बेदींच्या दृष्टीने काम म्हणजे संपर्क-संवाद साधणे, नेटवर्क तयार करणे, आढावा घेणे आणि पुदुच्चेरीत प्रशासकीय सेट-अप मध्ये सुरू असलेल्या सर्व गोष्टींवर लक्ष ठेवणे.

त्या दर आठवड्यात मुख्य सचिवांसोबत बैठक घेऊन, त्यामध्ये त्यांच्याशी आठवड्याभरातील सर्व मुद्द्यांवर चर्चा करतात, तसेच भारत सरकार व पुदुच्चेरी सरकार यांच्या दरम्यानच्या सर्व पत्रव्यवहाराची माहिती घेतात. मुख्य सचिव त्यांना प्रलंबित प्रकरणांचा अहवाल देतात, ज्यायोगे नायब राज्यपालांचे कार्यालय त्या प्रलंबित फाइल्सचा पाठपुरावा करू शकते.

मासिक आढावा बैठकीत सर्व सचिव व विभागप्रमुखांचा समावेश असतो. या बैठकीत ते आंतरविभागीय कामगिरीचे मूल्यमापन करतात. ज्यांची ताबडतोब दखल घेणे आवश्यक आहे अशा प्रश्नांकडे लक्ष पुरवतात, त्या महिन्याचे लक्ष्य निर्धारित करतात व धोरणात्मक बाबींवर चर्चा करतात. इथे विविध विचार एकत्र येत असल्यामुळे या बैठकीत प्रशासकीय कामातील काही समस्यांची उकलही होते.

डॉ. बेदी यांनी विभागांना अधिकाधिक तंत्रकुशल बनण्यासही प्रोत्साहित केले आहे, तसेच 'डॅश बोर्ड रिव्ह्यूज'चा उपयोग करण्यासही.

या ब्लॉगमध्ये त्यांनी 'डॅश बोर्ड रिव्ह्यूज' बद्दल लिहिले आहे, ज्यायोगे त्याचा उपयोग कसा करायचा ते टीमला अधिक चांगल्याप्रकारे समजेल.

‘डॅश बोर्ड’ म्हणजे काय? व त्याद्वारे प्रशासकीय कार्यक्षमता कशाप्रकारे वाढवता येते, हे आपण समजून घेऊ.

या पद्धतीमुळे प्रशासकीय विभागांची सर्व आवश्यक माहिती (सुरक्षेत तडजोड न करता) एकत्र करून निर्णय व धोरण ठरवणाऱ्या व्यक्तींसमोर मांडता येते. त्यासाठी कोणताही अतिरिक्त खर्च येत नाही व कागदोपत्री कामही कमी होते.

या पद्धतीमुळे सार्वजनिक सेवांत अधिक खुलेपणा येतो, त्या अधिक जलद व प्रामाणिकपणे देणे सुकर होते. त्यामुळे कोणत्याही प्रशासनाने ही पद्धती स्वीकारणे अत्यावश्यक आहे. संगणकांप्रमाणेच ही पद्धतीसुद्धा कार्यक्षम व उत्तम समन्वय असलेल्या प्रशासनासाठी आता अत्यावश्यक बनली आहे.

‘डॅश बोर्ड’ संगणकाच्या स्क्रीनवरील माहितीसारखाच असतो, जो कुणीही पाहू शकतो आणि विश्लेषण, फलनिष्पत्ती अथवा उद्दिष्ट्ये यांसाठी उपयोगात आणू शकतो.

तक्रार निवारण अर्जांची निर्गत, मुख्य कारणे व बाधित क्षेत्रे, महसुलाची थकबाकी, कोणत्या विभागाकडे किती जमा होत आहे, कोणत्या क्षेत्राकडे लक्ष देणे आवश्यक आहे, सर्व योजनांवर किती खर्च होत आहे या गोष्टी जाणून घेऊन आपण विभागांच्या कामगिरीचे मूल्यमापन करू शकतो व त्यांचा परिणाम जाणून घेऊ शकतो.

अशाप्रकारे आर्थिक व प्रशासकीयदृष्ट्या याचा उपयोग होतो.

हे केवळ एक विश्लेषणाचे साधन आहे, ज्याद्वारे सक्षम प्रशासन व उत्तम कारभारास चालना मिळू शकते. याद्वारे माहिती जाणून घेता येते.

(पुदुच्चेरीतील काही विभागांमध्ये याचा वापर सुरू झालेला आहे, पण क्वचितच. तक्रार निवारण, आरोग्यविषयक योजना, नागरी पुरवठा अशा काही बाबतीत.

नायब राज्यपाल कार्यालय राजनिवासात घेतल्या जाणाऱ्या सचिवांच्या मासिक बैठकीत या पद्धतीचा वापर करत आहे.

तथापि, संपूर्ण पुदुच्चेरी प्रशासनाला त्याचा लाभ होण्यासाठी, सर्व प्रमुख विभागांचे एकत्रीकरण आवश्यक आहे (त्यांच्याकडील माहितीवरचे नियंत्रण न हरवता).

या सविस्तर तुलना व विश्लेषणामुळे, सर्व विभागांतील वेळखाऊ कागदोपत्री काम या पद्धतीने केले जाऊ शकते, तसेच विश्लेषण सुलभ झाल्यामुळे वेळेचीही बचत होते.

यामुळे कोणत्याही प्रकारे, कुणाचीही प्रशासकीय ताकद अथवा पदे हिरावली जात नाहीत. माहितीचा उपयोग अधिकाऱ्यांपुरताच राहतो.

यामुळे अधिकृतरीत्या कार्यभार सांभाळणाऱ्या प्रत्येकाची विश्लेषण क्षमता व कार्यक्षमता वाढते.

याचा 'पासवर्ड' संबंधित सचिवाने ठरवलेल्या नेतृत्व करणाऱ्या प्रमुख व्यक्तीकडे असेल.

एकदा हे योग्यरीत्या समजून घेतले, की त्याच्या वापरामध्ये कुठल्याही शंका उरणार नाहीत.

खरेतर, याद्वारे माहिती अधिकार कायदा, कलम ४ची अंमलबजावणी केली जाते.

याचाच अर्थ, लोकांनी न मागता, त्यांना आपणहून माहिती देणे.

उदाहरणार्थ, 'फाइल ट्रॅकिंग' हा डॅश बोर्डचा भाग असू शकतो.

विभागातील अधिकाऱ्यांना त्यांच्या कार्यालयातील फाइल कुठे आहे हे समजू शकते.

डॉ. बेदी म्हणजे निडरता असे समीकरण आहे. त्या लोकांना अनपेक्षित धक्के देतात. त्यांच्या अनपेक्षित व गुप्तरीत्या भेट देण्याच्या पद्धतीमध्ये त्यांची सहृदयता व पुदुच्चेरीच्या लोकांच्या सुरक्षिततेबद्दलची आस्था प्रतिबिंबित झालेली आहे.

वास्तवाबाबत खात्री करून घेण्यासाठी : अचानक / गुप्त भेटी

@TheKiranBedi : रात्रफेरीहून आत्ताच परत आले. वेशांतर करून स्कूटरवर मागे बसून गेले होते. रात्रीच्या वेळीसुद्धा पुदुच्चेरी महिलांसाठी सुरक्षित आहे असे वाटले. अशा रात्रफेऱ्या पुन्हा करीनच.

१९ ऑगस्ट २०१७

मला तो दिवस आठवतो आहे - वृत्तवाहिन्यांवर बातमी झळकली होती... डॉ. किरण बेदींनी महिलांची सुरक्षा तपासण्यासाठी पुदुच्चेरीत दुचाकीवरून गुप्त फेरी मारली. राज्यपाल पदावरच्या व्यक्तीने अशाप्रकारे फेरी का मारावी, तीसुद्धा इतक्या रात्री, दुचाकीवरून, या गोष्टींचे सर्वांनाच आश्चर्य वाटत होते. पण ही डॉ. किरण बेदींची बांधिलकी आहे... सुयोग्य प्रशासन देण्याची आणि त्यासाठी अशाप्रकारे गुप्त अथवा अचानक भेट देऊन प्रत्यक्ष परिस्थिती जाणून घेणे यापेक्षा चांगला मार्ग कोणता असेल!

"आमच्याकडे वाहतूकविषयक तक्रारी नेहमीच येत असतात आणि जेव्हा मॅडम अशाप्रकारे अचानक व गुप्तरीत्या भेटी देतात, तेव्हा आम्हाला वास्तव पाहायला मिळते. त्यामुळे आम्हाला धोरणे अधिक स्पष्ट आखता आली, वाहतुकीच्या नियमांची अधिक कडक अंमलबजावणी करता आली, आणि स्वच्छतेच्या संदर्भात सांगायचे, तर या भेटींमुळे लोक कचऱ्याच्या विल्हेवाटीबाबत अधिक जागरूक व दक्ष बनले," नायब राज्यपालांचे एडीसी एस. कार्थिगयन सांगतात. या सगळ्या भेटींमध्ये ते डॉ. बेदींसोबत गेले आहेत.

डॉ. बेदींनी पोलीस ठाण्याला दिलेली अचानक भेट असो, अथवा त्यांनी गाडीतून उतरून, किती लोकांनी हेल्मेट्स घातली आहेत याची पाहणी केलेली असो व त्यांना बेसावध असताना पकडलेले असो किंवा त्यांनी लेखानियंत्रक आशा गुप्ता

यांच्यासोबत मध्यरात्री दुचाकीवरून मारलेली फेरी असो, या प्रत्येक भेटीत त्यांच्यासमोर काही ना काही गोष्ट आली व त्यांना ताबडतोब कुठल्या गोष्टीची दखल घेणे आवश्यक आहे हे समजण्यास मदत झाली.

नायब राज्यपाल अशा गुप्त मोहिमेवरून परत येतात... प्रत्यक्ष व्हिडिओ चित्रीकरण घेऊन त्यात पोलीस रस्त्याकडेला धूम्रपान करत असतात, सिग्नल्स जाहिरातींच्या गर्दीत हरवलेले असतात, बहुसंख्य लोक हेल्मेट न घालता प्रवास करत असतात, तेव्हा पोलीस खात्याला ताबडतोब अतिदक्षतेचा इशारा दिला जातो आणि कार्यवाही होते, कारण मॅडम पुन्हा 'राऊन्ड'ला कधी येतील ते काही सांगता येत नाही!

आणि ती सकाळ कोण विसरेल... त्या दिवशी त्या समुद्रकिनारी फिरायला गेल्या होत्या. समुद्रकिनाऱ्यावर घाणीचे साम्राज्य पाहून त्यांनी ताबडतोब हातमोजे मागवून घेतले आणि स्वत: साफसफाईला सुरुवात केली. त्याबरोबर, स्वच्छता कर्मचारी व इतर स्वयंसेवक तिथे तातडीने दाखल झाले आणि समुद्रकिनारा लख्ख झाला.

अशाप्रकारचे आश्चर्याचे अनपेक्षित धक्के/ गुप्त भेटी व कृती यातून टीमची उत्तम प्रशासन व्यवस्था देण्याची बांधिलकी व्यक्त होते.

'मध्यरात्रीची गुप्त फेरी' याबद्दलच्या त्यांच्या ब्लॉगमधील काही अंश

सुरक्षा ते स्वच्छता

मध्यरात्रीच्या गुप्त # सुरक्षा फेरीपासून ते आठवड्याच्या शेवटी सकाळी ६ वाजताच्या # स्वच्छता फेरीपर्यंतच्या अनुभवातून पुदुच्चेरीत रात्री अगदी सुरक्षित असल्याचे लक्षात आले. पण यात आणखी सुधारणा होईल. लोकांना PCT, १०० वर संपर्क करून तक्रार करण्याचे आवाहन करत आहे. रात्रीच्या वेळी दुचाकीवर मागे बसून, गुप्तरीत्या फेरफटका मारण्याचा उद्देश होता– रात्रीच्या वेळी महिलांसाठी रस्त्यावर अथवा सार्वजनिक ठिकाणी वातावरण कितपत सुरक्षित आहे हे पाहणे. या फेरीतून लक्षात आलेली गोष्ट म्हणजे - गुन्हे प्रतिबंध व प्रतिसादासाठी पोलिसांची उपस्थिती गरजेची आहे व त्यांना तत्पर हालचाल करता येईल अशा व्यवस्थेचीही आजपासून याची अंमलबजावणी होईल.

वेशांतर करून रात्री जो फेरफटका मारला त्याबद्दलची निरीक्षणे :

ते सुरक्षित वाटले. पण वाटेत कुठेही पोलीस नव्हता. सायलेन्सर नसलेल्या, कर्कश गोंगाट करत जाणाऱ्या दुचाकी व प्रचंड वेगात जाणारे तिबल

सीटवाले दिसले. आपल्याकडे मोटरसायकलवरून गस्त असणे व काही सायकलस्वार पोलीसही असणे आवश्यक आहे. दररोज किमान रात्री ११ ते पहाटे ४ वाजेपर्यंत. बस स्टँडमध्ये काही फेऱ्या मारणे, शेवटची ट्रेन येते तेव्हा रेल्वे स्टेशनच्या बाहेर पोलीस तैनात करणे व गावातही गस्त घालणे आवश्यक आहे. तसेच सिनेमाच्या शेवटच्या खेळानंतर सिनेमा हॉलबाहेरही पोलीस तैनात असणे आवश्यक आहे.

कृपया डीजीपी + एसएसपी यांच्यासमवेत याची अंमलबजावणी करावी. आपल्याकडे लेखी आदेशान्वये घोषित रात्र-अधिकारी असला पाहिजे, जो रात्रीच्या वेळी महत्त्वाच्या कॉल्सना प्रतिसाद देईल आणि त्याला तो कोण आहे हे माहीत असले पाहिजे. या गोष्टीचा वेळोवेळी आढावा घेईनच.

‘पोलीस नियंत्रण कक्षाला अचानक भेट’ याविषयीच्या ब्लॉगमधील काही अंश

आज सकाळी पोलीस नियंत्रण कक्षाला अचानक भेट दिली– तिथल्या कॉल्सची नोंद कशी ठेवली जाते हे पाहण्यासाठी खासकरून १०३१ टोल फ्री क्रमांकाची. तक्रारदाराच्या विनंतीवरून या कॉलचे तपशील गोपनीय राखले जातात. या भेटीतून असे लक्षात आले, की तिथे आंतरविभागीय समन्वय व अंतर्गत संपर्क यासंदर्भात सुधारणेला वाव आहे. अशा सर्व तक्रारी ‘बीट’ कर्मचाऱ्यांपर्यंत पोहोचल्या पाहिजेत, एसएचओंनी घेतलेल्या दैनंदिन प्रात:कालीन हजेरीद्वारे. अतिरिक्त सचिव श्री. श्रीनिवास इथून पुढे १०३१ या टोल फ्री क्रमांकावर आलेल्या तक्रारींना २४ तासांच्या आत प्रतिसाद दिला जाण्याची दक्षता घेतील आणि आपल्या तक्रार पोर्टलकडेही लक्ष देतील. अतिरिक्त नेमलेल्या कर्मचाऱ्यांबाबत पुनर्विचार करून, त्यांची योग्य नेमणूक करण्याच्या दृष्टीने पुन्हा मूल्यांकन होणे आवश्यक आहे. अस्वच्छ परिसर स्वच्छ करणे आवश्यक आहे.

सर्व विभागांना विनंती करावी, की त्यांच्या नियंत्रण कक्षांकडे थेट आलेल्या अथवा अन्य माध्यमांतून आलेल्या तक्रारी काळजीपूर्वक नोंदवून घेऊन त्याबाबत कार्यवाही करावी. या तक्रारी आमच्या संगणक यंत्रणेत नोंदवलेल्या नाहीत, जिथे राजनिवासातील अतिरिक्त सचिवांच्या डेस्कमार्फत लक्ष ठेवले जाते. या तक्रारींची अकस्मात कोणत्याही दिवशी राजनिवास टीमतर्फे तपासणी केली जाईल.

व्यवस्थापनाचा धडा

'मार्गदर्शन' ही बहुधा सर्वांत शक्तिशाली पद्धत असावी, ज्यायोगे नेता त्याच्या टीम सदस्यांच्या भविष्याला आकार देऊ शकतो.

मार्गदर्शन किंवा 'मेन्टरिंग' (MENTORING) म्हणजे :

M - Model

E - Empathise

N - Nurture

T - Teach

O - Organise

R - Respond

I - Inspire

N - Network

G - Goal set

नेता म्हणून तुमच्या टीममधील लोकांना अधिक चांगल्याप्रकारे जाणून घेण्यासाठी वेळ द्या व त्यासाठी प्रयत्न करा; त्यांना तुमच्या अनुभव व कौशल्यांच्या आधारे सल्ला द्या व त्यांना अधिक चांगली कामगिरी करण्यासाठी मार्गदर्शन करा.

बैठका असोत, प्रत्यक्ष भेटी असोत की आढावा असो, या साऱ्याच्या मागे एक मजबूत सूत्र आहे, ते म्हणजे संपर्काची ताकद व तंत्रज्ञानाचा वापर.

उपक्रम व ज्ञानवर्धक गोष्टी : संपर्क माध्यमे व तंत्रज्ञानाचा वापर

आज राष्ट्रपती भवनात आयोजित राज्यपाल व नायब राज्यपालांच्या वार्षिक परिषदेदरम्यान, राजनिवासच्या 'क्रिएटिव्ह टीम' तर्फे प्रकाशित साहित्य माननीय राष्ट्रपती व केंद्रीय गृहमंत्री यांना भेट दिले.

@ राष्ट्रपतीभवन @ पीएमओ इंडिया
@ एचएमओ इंडिया @ अश्वनीकुमार _92
@ पीआयबी_इंडिया @ एएनआय
ही प्रकाशने राजनिवासच्या वेबसाइटवर आहेत.

२६ फेब्रुवारी २०१९

राजनिवास ‘फोर्थ इस्टेट’ : सर्जनशील टीम व दस्तऐवजीकरण

आज राष्ट्रपती भवनात आयोजित राज्यपाल व नायब राज्यपालांच्या वार्षिक परिषदेदरम्यान, राजनिवासच्या ‘क्रिएटिव्ह टीम’ तर्फे प्रकाशित साहित्य माननीय राष्ट्रपती व केंद्रीय गृहमंत्री यांना भेट दिले.
@ राष्ट्रपतीभवन @ पीएमओ इंडिया
@ एचएमओ इंडिया @ अश्वनीकुमार _92
@ पीआयबी-इंडिया @ एएनआय
ही प्रकाशने राजनिवासच्या वेबसाइटवर आहेत.
२६ फेब्रुवारी २०१९

जेव्हा नेतृत्वस्थानी असलेली व्यक्ती संपर्काची ताकद व उपलब्ध तंत्रज्ञानाचा सर्वोत्तम उपयोग करण्याचे महत्त्व या दोन्ही गोष्टी जाणते, तेव्हा त्यांच्या कार्यालयात जबरदस्त मीडिया टीम असतेच असते. ‘सर्जनशील टीम’ हा राजनिवास टीममधील अत्यंत महत्त्वाचा समूह असून, ही टीम विविध संपर्कमाध्यमांद्वारे मग ते सोशल मीडिया असो, प्रिंट मीडिया असो, ब्रॉडकास्ट मीडिया असो वा ‘राजनिवास’ची वेबसाइट असो - मिळालेल्या माहितीची वेळेत दखल घेते.

राजनिवासचे सोशल मीडिया हॅन्डल (Lgov_Puducherry या नावाने असलेले) व डॉ. किरण बेदींचे वैयक्तिक हॅन्डल या दोन्हींचे विविध मंचांवर अत्यंत ठळक व व्यापक अस्तित्व आहे. डॉ. बेदींचे ‘Linkedin’ अकाउन्ट देशातील पहिल्या पंचवीस ‘टॉप अकाउन्ट्स’मध्ये गणले जाते.

ही टीम सोशल मीडिया हॅन्डल्सच्या व व्हॉट्सॲप ग्रूप्सच्या माध्यमातून लोकांशी संपर्क राखते, त्याचबरोबर ही टीम ‘राजनिवास’मध्ये झालेल्या सर्व कामाच्या दस्तऐवजीकरणामध्येही महत्त्वाची भूमिका बजावते. ही टीम विविध

साहित्य प्रकाशित करते, लघुपट बनवते, व्हिडिओ तयार करते, तसेच फोटोंचा संग्रह तयार करण्याचे कामही करते. या सर्व गोष्टी नायब राज्यपालांच्या कार्यालयाच्या दृष्टीने अत्यंत मौल्यवान दस्तऐवज आहेत.

डॉ. बेदी त्यांच्या @TheKiranBedi या ट्वीटर हॅन्डलवर व्यक्तिश: सक्रिय असतात. त्या सर्व महत्त्वाच्या मुद्द्यांसंदर्भात ट्वीटर करत असतात, तसेच त्या ज्या ज्या व्हॉट्सॲप ग्रूप्समध्ये आहेत, तिथेही त्याही ट्वीट्स शेअर करतात. त्याचबरोबर त्या सर्जनशील टीमचे सर्व उपक्रमात नेतृत्व करतात व टीमला मार्गदर्शन करतात.

तुम्ही डॉ. बेदींच्या निवासस्थानातील कार्यालयात गेलात, तर त्या त्यांची सर्व कागदपत्रे किती दक्षतेने सांभाळतात ते पाहून तुम्हाला आश्चर्य वाटेल. प्रभावी दस्तऐवजीकरण हा कोणत्याही संस्थेचा अविभाज्य भाग व पायाचा चिरा असतो, असे त्या मानतात. कागदपत्रांची व्यवस्था कशी बघायची याबद्दल त्यांनी स्वत: टीमला मार्गदर्शन केले आहे. त्यामध्ये वैयक्तिक व कार्यालयीन कागदपत्रे, फोटो, व्हिडिओ, प्रिंट मीडियातील कात्रणे वगैरे गोष्टींचा समावेश आहे.

डॉ. बेदींनी त्यासाठी जी पद्धत तयार केली आहे, त्यामुळे हवी तेव्हा माहिती मिळवणे सोपे झाले आहे. या पद्धतीत 'की वर्ड्स' वापरून सर्व कागदपत्रांची सूची तयार केली जाते. या कागदपत्रांचा उपयोग विविध कार्यांचे तपशील जाणून घेण्यासाठी, अथवा पुरावा म्हणून अथवा नागरिकांपर्यंत पोहोचण्यासाठी केला जातो. ही माहिती संग्रहालये धोरणे व नियम निश्चितीसाठी स्रोतबिंदू असतात, तसेच इथे भावी पिढ्यांसाठी माहितीचे जतन केले जाते.

संपर्काची माध्यमे साधी-सोपी व परिणामकारक राखण्यासाठी डॉ. बेदी व्हॉट्सॲपचा जास्तीत जास्त उपयोग करतात व त्या ज्या ज्या व्हॉट्सॲप ग्रूप्सवर आहेत त्या माध्यमातून माहिती 'शेअर' करतात.

विशिष्ट उद्देशासाठी संपर्कव्यवस्था : समृद्ध पुदुच्चेरी व्हॉट्सॲप ग्रूप

@TheKiranBedi : मी आता व्हॉट्सॲप कृती गटाचा भाग आहे. # समृद्ध पुदुच्चेरीसाठी संपूर्ण प्रशासन @LGov_Puducherry

१ जून २०१६

नायब राज्यपालपदाची सूत्रे हाती घेतल्यानंतर काही दिवसांतच डॉ. किरण बेदींनी ज्या काही गोष्टींचा आरंभ केला, त्यातीलच एक गोष्ट म्हणजे, त्यांनी 'समृद्ध पुदुच्चेरी ग्रूप' नावाचा एक व्हॉट्सॲप ग्रूप सुरू केला.

शपथग्रहण करताना त्यांनी सांगितले होते, की मी इथे पुदुच्चेरीला 'समृद्ध पुदुच्चेरी' बनवण्यासाठी आले आहे. या ग्रूपमध्ये सर्व विभागांतील अधिकारी आहेत आणि ते लोकांच्या तक्रारींबाबत तत्पर प्रतिसाद दिला जाईल याची दक्षता घेतात. 'समृद्ध पुदुच्चेरी व्हॉट्सॲप ग्रूप' हे नाव किती समर्पक आहे!

"अधिकाऱ्यांमध्ये अधिक उत्तमप्रकारे समन्वय राहावा व कोणत्याही नागरी प्रश्नाची सोडवणूक तत्पर व्हावी या उद्देशाने हा ग्रूप तयार करण्यात आला आहे. ही पद्धत तत्पर संपर्कासाठी व प्रतिसादाचा वेळ कमी करण्यासाठी अत्यंत उपयुक्त आहे," नायब राज्यपालांच्या ओएसडी थेवा नीती धस सांगतात.

या ग्रूपमध्ये मुख्य सचिव, पोलीसप्रमुख, इतर विभागांचे सचिव, अत्यावश्यक सेवासंदर्भातील अधिकारी व वेगवेगळ्या भागांतील पोलीस अधिकारी यांचा समावेश आहे.

या ग्रूपमुळे सरकारमध्ये अधिक समन्वय निर्माण होण्यास मदत झाली असून, मौल्यवान सार्वजनिक माहिती शेअर करणे व ज्या गोष्टींची ताबडतोब दखल घेणे गरजेचे आहे त्या गोष्टी शेअर करणे सुलभ झाले आहे.

या संपर्क माध्यमामुळे अधिकार पदानुक्रमाचा अडसर दूर होतो आणि समाजाची

सेवा करण्याच्या उद्दिष्टाने सर्व टीम एकत्र येते. याचा सरकारच्या कामाची गती वाढण्यासाठीही उपयोग झाला असून, लोकांसाठी सुलभ 'रिअल टाइम इंटरफेस' तयार होण्यासही मदत झाली आहे.

सर्वोच्च पारदर्शिता : फाइल्सच्या निर्गतीबाबत आठवडी अहवाल

@TheKiranBedi : राजनिवास आठवड्याभरात ज्या फाइल्सची निर्गत करते त्याबद्दलचा आठवडी अहवाल 'शेअर' करते. त्यामुळे फाइल गहाळ होणे थांबले आहे. त्याचबरोबर संबंधितांना आपले प्रकरण कुठल्या टप्प्यावर आहे ते आता समजते व त्यांना चुकीची माहिती मिळू शकत नाही. तेही मंजुरीपत्रांच्या प्रतींची मागणी करू शकतात. या पारदर्शितेमुळे लोकांना बळ लाभले आहे आणि अफवा व चुकीची माहिती पसरणे थांबले आहे.

२६ डिसेंबर २०१७

प्रशासनात संपूर्ण पारदर्शिता आणण्याच्या प्रयत्नांचा एक भाग म्हणून, डिसेंबर २०१७ मध्ये, डॉ. किरण बेदींनी जाहीर केले, की इथून पुढे नायब राज्यपालांच्या कार्यालयातर्फे घेतल्या जाणाऱ्या सर्व महत्त्वाच्या निर्णयांबाबत राजनिवास वेबसाइटवर आठवडी वार्तापत्राद्वारे माहिती प्रसिद्ध केली जाईल. त्यामुळे फायलींच्या निर्गतीबाबतचा आठवडी अहवाल समजू शकेल.

या आठवडी वार्तापत्रामध्ये, राजनिवास टीम त्यांनी हातावेगळ्या केलेल्या प्रत्येक फाइलचे तपशील व त्यासंदर्भात घेतलेले निर्णय जाहीर करते. या वार्तापत्रामध्ये, संबंधित फाइल कोणत्या तारखेला प्राप्त झाली, तिची निर्गत कोणत्या तारखेला झाली व त्यासंदर्भात काय निर्णय झाला याचे तपशील दिले जातात. यामुळे लोकांना सुस्पष्ट चित्र कळते, सक्षम कारभाराची खात्री दिली जाते व त्या फाइल्सशी संबंधित लोकांना प्रकरण कोणत्या टप्प्यावर आहे त्याची माहितीही मिळते.

"अशाप्रकारे, त्या त्या आठवड्याभरात निर्गत झालेल्या प्रकरणांची यादी जाहीर करण्याची पद्धत अत्यंत अनोखी असून, ती 'माहितीचा अधिकार कायदा, २००५' मधील तरतुदींनुसारच आहे.

''सामान्यत: कोणत्याही सरकारी कार्यालयात फाइल वेगवेगळ्या विभागांतून पार होत होत बऱ्याच मोठ्या शृंखलेतून पार होते, कोणताही निर्णय घेतला जाण्याआधी, ती फाइल वेगवेगळ्या लोकनियुक्त प्रतिनिधींच्या हाताखालून जाते. पण इथे आम्ही निर्गत झालेल्या सर्व फायलींचे तपशील आपणहून देतो आणि ही यादी दर शनिवारी आमच्या वेबसाइटवर अपलोड केली जाते. ही पद्धत हे आमच्या पारदर्शितेचे सुस्पष्ट उदाहरण आहे,'' थेवा नीती धस म्हणतात.

ही यादी प्रसारमाध्यमांनाही दिली जाते आणि यामध्ये जशी पारदर्शिता राखली जाते, तसाच कोणत्याही प्रकारचा अनावश्यक गोंधळ टाळला जातो. राजनिवासमध्ये घेतला गेलेला प्रत्येक निर्णय हा न्याय्य आहे, कायदा सर्वांसाठी समान असतो या भावनेने व आर्थिक विवेकबुद्धीने घेतलेला आहे.

०४/०८/२०१९ ते १०/०८/२०१९ या कालावधीत माननीय नायब राज्यपालांनी मंजूर केलेले विषय :

Sl No.	LG Off. Receipt No. & Received Date	Department	File Subject	Decision	Despatched Date
1	182 / 22-07-2019	Home	Recommendaton of Advisory Board regarding detention of Thiru Sundar @ Sakthivel S/o Muthukrishnan, Maduvupet, Puducherry under the provision of PPASA Act2008.	Accepted	06-08-2019
2	188 / 29-07-2019	Home	Recommendaton of Advisory Board regarding detention of Thiru Sasi @ Sasikumar S/o Iyyanar, Periyapet, Thirubuvanal, Puducherry under the provisions of PPASA Act2008.	Accepted	06-08-2019
3	198 / 02-08-2019	Finance	Release of Contingency Fund towards settlement of rent payment as per court orders by Dte. of School Education	Approved	05-08-2019
4	200 / 02-08-2019	Chief Vigilance Office	Reference to MHA regarding initiation of RDA against Tvl. SCB Mohan, E.E(Retd), PWD and others based on the recommendations of the CBI, ACB, Chennai in RC 22(A)/2008.	Approved	06-08-2019

०४/०८/२०१९ ते १०/०८/२०१९ या कालावधीत माननीय नायब राज्यपालांनी मंजूर केलेले विषय :

Sl No.	LG Off. Receipt No. & Received Date	Department	File Subject	Decision	Despatched Date
5	201 / 02-08-2019	Chief Vigilance Office	Initiating disciplinary proceedings against Thiru D. Rajendiran, JTP, Town and Country Planning, Karalkal who was chargesheeted by the CBI-ACB, Chennai in RC 13(A)/2007.	Approved	05-08-2019
6	202 / 02-08-2019	Chief Vigilance Office	Disciplinary proceeding against Thiru K.Alexander, Vice-Principal, School Education Department	Approved	05-08-2019
7	203 / 04-08-2019	Women & Child Dev.	Expr. sanction for disbursement of Old Age and Destitute Pensions for Rs.29,65,21,500/- to 1,54,847 nos. of beneficiaries for the month of July 2019 payable in August 2019.	Accorded	05-08-2019
8	204 / 05-08-2019	DP&AR	Continuance of 7 temporary posts for the period from 31.07.19 to 30.07.2020 in respect of LG Secretariat/ Office of Council of Ministers, Puducherry.	Approved	05-08-2019
9	205 / 05-08-2019	Law	Enhancement of Counsellors fees in the Family Court, Puducherry.	Approved	05-08-2019
10	206 / 05-08-2019	DP&AR	Relieving on Transfer of 3 IAS Officers, namely Tvl. Tarsem Kumar, P. Jawahar & P. Parthiban.	Approved	05-08-2019
11	207 / 06-08-2019	Information Technology	Deputation of Thiru R.llango, DPA as Computer Programmer to JIPMER.	Approved	06-08-2019
12	208 / 06-08-2019	Hr. & Tech. Education	Acceptance of resignation tendered by Dr. Shruti Joshi, Asst. Professor in Politics, Arignar Anna Govt. Arts & Science College, Karalkal.	Approved	06-08-2019

०४/०८/२०१९ ते १०/०८/२०१९ या कालावधीत माननीय नायब राज्यपालांनी मंजूर केलेले विषय :

Sl No.	LG Off. Receipt No. & Received Date	Department	File Subject	Decision	Despatched Date
13	209 / 08-08-2019	Labour	Entrusting of Current duty charges for the posts of Principal in Govt. ITIs,Labour Department, Puducherry.	Approved	10-08-2019
14	210 / 08-08-2019	Chief Sectt. (CCD)	Appointment of Shri. M.R. Sampath Kumar, J.E., PWD as Personal Assistant to Chief Minister on deputation	Approved	10-08-2019
15	211 / 08-08-2019	DP&AR	Consideration of Thiru P. Deivanayagam, Assistant (Retd) Electricity Dept. for promotion to the post of Superintendent on adhoc and notional basis.	Approved	10-08-2019
16	212 / 08-08-2019	Finance	Note of Voluntary Retirement from Service given by Thiru K.V.Ramakrishnan, JAO, DRDA, Puducherry.	Approved	10-08-2019
17	213 / 08-08-2019	DP&AR	Promotion of five (5) UDCs to the post of Assistant on notional basis on par with their juniors.	Approved	10-08-2019
18	214 / 08-08-2019	Commercial Taxes	Issue of rate notification under the Goods and Services Tax Act, 2017.	Approved	10-08-2019

// By Order //

10 8 19

(G. THEVANEETHI DHAS)
Officer on Special Duty to Lt. Governor

सामान्य माणसापर्यंत पोहोचण्याचा सर्वोत्तम मार्ग म्हणजे मासिक संदेश... ज्याद्वारे त्यांना नायब राज्यपालांच्या सचिवालय करत असलेल्या सर्व कार्याबद्दल माहिती मिळते, तसेच त्यांना सामाजिक सहभागासाठीही आवाहन करता येते.

जनसामान्यांशी संवाद : नागरिकांना मासिक संदेश

@TheKiranBedi : माझ्या पुदुच्चेरीतील नागरिकांना या महिन्याचा संदेश. माझे आवाहन आहे प्लॅस्टिक नाल्यांमध्ये फेकू नका, आपण ते गाळ काढून स्वच्छ करत आहोत.

३० सप्टेंबर २०१६

देशभरातील लोक जसा माननीय पंतप्रधानांचा 'मन की बात' हा कार्यक्रम ऐकतात, तसेच पुदुच्चेरीतील नागरिक त्यांच्या नायब राज्यपालांचा मासिक संदेश ऐकतात- 'वलमिक्क पुदुच्चेरी.' हा कार्यक्रम पुदुच्चेरी दूरदर्शनवरून, तसेच पुदुच्चेरी आकाशवाणीच्या प्रमुख केंद्रावरून, रेनबो एफएम चॅनलवरून व करईकल आकाशवाणीवरूनही प्रसारित केला जातो.

या संदेशामध्ये दर महिन्यात प्राधान्याचे व आस्थेचे विषय मांडले जातात आणि नागरिकांना त्या महिन्यासाठी काय योजना आखलेल्या आहेत याची माहिती दिली जाते. सरकारने पूर्ण केलेल्या कामांचा लेखाजोखा दिला जातो. सरकारने पूर्ण केलेल्या आव्हानांबद्दल सांगितले जाते, तसेच सामाजिक सहभागाचे आवाहन केले जाते व नागरिकांना महत्त्वाच्या घडामोडींबाबत सतर्क केले जाते.

डॉ. किरण बेदी हा संदेश इंग्रजीत देतात, तेव्हा त्यांच्या ओएसडी तमिळ भाषेत त्याचा अनुवाद सादर करतात, त्यामुळे हा मासिक संदेश लोकांपर्यंत मोठ्या प्रमाणात पोहोचतो.

हे संदेश लोकांपर्यंत प्रभावीपणे पोहोचून, त्यांचा 'समृद्ध पुदुच्चेरी' अभियानात सहभाग मिळवण्यासाठी नक्कीच परिणामकारक ठरले आहेत.

ऑगस्ट २०१९च्या संदेशातील काही अंश

वणक्कम! आज मी तुम्हाला राजनिवास टीमच्या २२५व्या आठवडी प्रभातफेरीचा किस्सा सांगणार आहे. आज आम्ही थोन्डमनथम समाज-केंद्राला भेट दिली. आम्ही थोन्डमनथमच्या या समाज केंद्रामध्ये गेलो तेव्हा पाहिले, की प्रवेशद्वार मोडलेले होते, संपूर्ण आवारात घाणीचे साम्राज्य होते. तसेच, पाणी नव्हते, शौचालये तुंबलेली होती. त्या खेड्यातल्या या समाजकेंद्रात ठीक म्हणावे असे जवळजवळ काहीच नव्हते.

आपण त्यांना सांगण्याऐवजी, आपणच ते स्वच्छ करून घेऊ या, आपणच तिथली दुरुस्ती करून घेऊ या. आपण सर्वांनी मिळून ठरवले आहे, की 'उद्या'चा दिवस नसतोच. आपण ताबडतोब ते स्वच्छ करू. त्या खेड्यातल्या एका शेतकऱ्याने आम्हाला साफसफाई करताना पाहिल्यावर, तो आपणहून त्याचा ट्रॅक्टर घेऊन आला आणि समाजकेंद्राच्या आवाराच्या परिघात साफसफाई करू लागला. हे काम कर असे त्याला कुणीही सांगितले नव्हते, त्याने आपणहून ते सुरू केले होते. त्यानंतर दीड तासात त्या समाजकेंद्राचे संपूर्ण आवार लखलखीत झाले.

मग तिथल्या लोकांनी दुसऱ्या दिवशी याचा आनंद साजरा करण्यासाठी व्हॉलिबॉल खेळायचे ठरवले. दुसऱ्या दिवशी रविवारच होता. आम्ही सगळे पुन्हा तिथे गेलो. त्याच खेड्यातल्या त्याच रहिवाशांनी व्हॉलिबॉल व खांब आणले होते. त्यांनी ते उभारले. महिलांनी हॅन्डबॉल व लहान मुलांनी व्हॉलिबॉल व थ्रोबॉल खेळण्याचा आनंद लुटला. त्यांचे संघ तयार केले. उपजिल्हाधिकारी सौरव शाश्वत यांनी खेळात सहभागी महिला व मुलांना पारितोषिके प्रदान केली. विल्लीअनुरचे कम्युन कमिशनर अरुमुगम यांनी सर्व खेळाडूंशी हस्तांदोलन केले. राजनिवास टीमने त्या सर्वांना सहभागाबद्दल टोप्या भेट दिल्या. राजनिवास टीमने वृक्षारोपणासाठी ६० रोपेसुद्धा सोबत नेली होती. मग सर्वजण, एनएसएस स्वयंसेवक, महिला व मुले आम्ही सगळ्यांनी मिळून आवाराच्या कुंपणाच्या भिंतीलगत ती ६० रोपे लावली. संचालक ग्रामीण श्री. रवी प्रकाश यांनी त्या समाजकेंद्राच्या किल्ल्या पंचायत स्तरीय फेडरेशनकडे सुपुर्द केल्या.

मित्रहो, आता महिला या समाजकेंद्राची व्यवस्था बघत आहेत. त्याचे प्रवेशद्वार दुरुस्त करण्यात आले आहे. आता त्या आवारात कुणीही

समाजकंटक प्रवेश करून तिथे घाण करू शकत नाही. आपण सर्वांनी मिळून काम केले, इतरांची वाट बघत थांबलो नाही, तर काय घडू शकते याचे हे उदाहरण आहे. प्रत्येक खेड्यामध्ये महिलांनी पुढाकार घेऊन आपल्या खेड्यातली समाजकेंद्रे स्वच्छ करून 'समृद्ध पुदुच्चेरी' अभियानाला हातभार लावावा.

व्यवस्थापनाचा धडा

संपर्क-संवाद हा नेतृत्वाचा गाभा आहे. उत्तम नेता सर्व स्तरांतील लोकांशी संपर्क व संवाद साधण्यासाठी सर्वतोपरी प्रयत्न करतो.

प्रभावी व्यवस्थापनासाठी, नेता म्हणून तुम्ही अविरत संपर्क-संवाद साधला पाहिजे, तुमचे संदेश साधे-सरळ असले पाहिजेत. तुम्ही थेट संवाद साधला पाहिजे. सर्वांच्या सूचना ऐकल्या पाहिजेत. सर्वांकडून कल्पना येण्यास प्रोत्साहन दिले पाहिजे. तुम्ही गोष्टींच्या माध्यमातून संवाद साधला पाहिजे व तुम्ही जे सांगता ते तुमच्या कृतीतून दाखवले पाहिजे.

जेव्हा एखादा नेता अत्यंत परिणामकारकरीत्या संवाद साधतो तेव्हा नेटवर्किंग व सहयोग या गोष्टी स्वाभाविकपणे चालत येतात आणि हा नेता समाजाच्या मदतीसाठी कल्याणकारी उपक्रम सुरू करू शकतो.

नेटवर्किंग व सहयोग

विचारधन

नेतृत्व

तुम्हाला आवश्यकता असते ती सहयोग देणाऱ्या, ऐकून घेणाऱ्या व मजबूत नेटवर्क तयार करू शकणाऱ्या लोकांची. तुमच्या संस्थेमध्ये असे लोक आहेत ही आनंदाची गोष्ट आहे. त्यांना विझू देऊ नका.

–@HarvardBiz@ForbesLeaders

समाजाला परत देणे

राजनिवास टीमचा कल्याणकारी कार्यक्रम

@TheKiranBedi - # राजनिवास टीम 'प्रोव्हायडर्स' या नात्याने CSRचा पूर्ण पाठिंबा घेत आहे. # पुदुच्चेरी साधनस्रोत समृद्ध बनवण्यासाठी. राजनिवास एक कुटुंब म्हणून एकत्र काम करते व गरज असेल त्या ठिकाणी प्रदाता बनते.
@ashapdy@AshwaniKumar_92@ANI

५ मार्च २०१९

कुणीतरी म्हटले आहे, 'आपुलकीची भावना नसेल, तर 'समाज' ही जाणीवही असू शकत नाही. डॉ. बेदींनी या वचनानुसार, समाजाला नेहमी त्यांच्या कार्यात सहभागी करून घेतले आहे. त्यांनी सरकारी तिजोरीचा वापर न करता तिहारचे रूप पालटले ते सामाजिक सहभागाच्या बळावर आणि आता नायब राज्यपाल पदावर काम करतानाही त्यांनी राजनिवास कल्याणकारी कार्यक्रमांमध्ये समाजाला सहभागी करून घ्यायचे ठरवले.

"त्याच्या परिघाबाहेरच्या गरजांचा 'राजनिवास'ने विचार केला– आम्ही 'कॉर्पोरेट सोशल रिस्पॉन्सिबिलिटी'च्या धर्तीवर 'राजनिवास सोशल रिस्पॉन्सिबिलिटी' ही संज्ञा तयार केली. खेडी, जलाशय, ग्रामीण विद्यालये, जनजागृती, तुरुंगातील कैद्यांसाठी सुधार कार्यक्रम, तसेच आरोग्य व स्वच्छताविषयक कार्यक्रमांसाठी समाज व सीएसआर यांचा उपयोग करून अधिक दमदार साधनस्रोतांची निर्मिती करण्यात आली. राजनिवास हे लोकनिवास बनले आहे, याचा अर्थ फक्त त्याच्या परिघात लोकांचे स्वागत केले जाते असा नाही, तर राजनिवासने हे कार्यक्रम प्रत्यक्षात उतरवण्यासाठी सार्वजनिक क्षेत्रात पाऊल ठेवले आहे," आशा गुप्ता सांगतात. त्या डॉ. बेदींच्या मार्गदर्शनाखाली या कल्याणकारी कार्यक्रमांची धुरा सांभाळत आहेत.

या कल्याणकारी कार्यक्रमांतर्गत हाती घेण्यात आलेला एक प्रमुख कार्यक्रम

म्हणजे कालापेट मध्यवर्ती तुरुंगातील कैद्यांसाठी सुधार कार्यक्रम. या कार्यक्रमाचा उद्देश होता– बिगरसरकारी संस्थांमार्फत या कैद्यांना कौशल्य प्रशिक्षण देऊन त्यांना पुन्हा समाजाच्या मुख्य प्रवाहात आणणे व त्यायोगे गुन्ह्यांचा दर कमी करणे. याअंतर्गत, तुरुंग व्यवस्थापनाच्या सहयोगाने 'रिस्टोअर' नावाचा एक ब्रॅन्ड तयार करण्यात आला आहे. या कैद्यांसाठी उपजीविकेचे कायमस्वरूपी साधन निर्माण करणे हा त्यामागचा उद्देश आहे.

'राजनिवास'च्या कल्याणकारी कार्यक्रमातला आणखी एक ठळक उपक्रम म्हणजे टीएन पलयम हे खेडे दत्तक घेऊन तेथील रहिवाशांना आत्मनिर्भर केले जात आहे. हे खेडे डिसेंबर २०१६ मध्ये दत्तक घेण्यात आले, तेव्हापासून राजनिवास त्यांच्यासोबत शिक्षण, आरोग्य, पर्यावरण या व अशा अनेक क्षेत्रात काम करत आहे व या खेड्याला स्वयंपूर्ण करण्यासाठी साहाय्य करत आहे.

या उपक्रमांबरोबरच, राजनिवास विविध समूहांच्या सहयोगाने नियमित पुस्तकदान चळवळ, सरकारी शाळांना संगणक प्रदान करणे, व्यक्तिमत्त्व विकास व लिंगभेदातीत शिक्षणाच्या कार्यशाळा घेते, तसेच निसर्गभ्रमंतीचेही आयोजन करते.

"आमच्याकडे पाहुणे म्हणून बरेच गट येत असतात. त्यापैकी बहुतेकजण आमच्या माननीय नायब राज्यपालांचे प्रशंसक असतात. या लोकांशी संवाद साधताना, ते आपल्याला कशाप्रकारे सहकार्य करू शकतील हे डॉ. बेदी ताबडतोब हेरतात आणि त्या लोकांना त्यासाठी प्रोत्साहित करतात. मग लवकरच ते लोक साधनस्रोतांसह परत येतात, ज्याद्वारे ते आम्हाला मदत करू शकतील. राजनिवासमधल्या कल्याणकारी कार्यक्रमाचा आवाका अशाप्रकारे विस्तारत गेला आहे व तो आणखी विस्तारत आहे. आम्ही लोकांच्या विश्वासाच्या बळावर, स्थानिक स्तरावर परिवर्तन घडवण्यासाठी सीएआर व सामाजिक सहभागाला प्रोत्साहन देत आहोत," आशा गुप्ता सांगतात.

सीएसआरची यशोगाथा विलक्षण आहे. या माध्यमाची पुदुच्चेरी जलसमृद्ध बनण्यास खूप मदत झाली आहे. डॉ. बेदींनी पाण्याच्या कालव्यांना प्रत्यक्ष भेट देऊन पाहणी केली, तेव्हा ते कालवे गाळ काढून स्वच्छ करणे गरजेचे असल्याचे लक्षात आले. त्यासाठी जेसीबी यंत्रणेची गरज लागणार होती, पण या कामासाठी सार्वजनिक बांधकाम विभागाकडे निधी नसल्याचे त्यांना समजल्यावर, त्यांनी ताबडतोब सीएसआर सहयोग घेण्याचे ठरवले. यासाठी कंपन्या व शैक्षणिक संस्थांकडून साहाय्य घेतले जाणार होते.

डॉ. बेदींनी त्यांच्या वैयक्तिक ट्वीटर हॅन्डलवरून हा विषय मांडला. यासंदर्भात सहयोगाची विनंती केली. त्याला प्रतिसाद देत पहिला देणगीदार मिळाल्यावर डॉ. बेदींना आणखी मदत मिळेल असा विश्वास आला. काही दिवसांतच लोकांचा अभूतपूर्व पाठिंबा मिळाला आणि शहरी व ग्रामीण भागातील जलस्रोतांतील गाळ

काढून ते स्वच्छ करण्याच्या कामासाठी त्यांनी सुमारे एक कोटी रुपये उभे केले.

हरिणी नावाच्या एका मुलीने राजनिवासातील पोंगल उत्सवात नृत्याविष्कार सादर केला होता. तो पाहणाऱ्या एका दानशूर व्यक्तीने तिच्या प्रतिभेने भारावून तिला एक लाख रुपये बक्षीस दिले होते. मग या मुलीच्या नावे पोस्टात खाते सुरू करण्यात आले. आता ही मुलगी कॉलेजला जाईल तेव्हा तिला हे पैसे मिळतील. ती आता राजनिवास परिवाराचा हिस्सा बनली आहे आणि तिला याचे बरेच लाभ होतील.

लोकांना डॉ. किरण बेदींशी जोडले जाणे सन्मानाचे वाटते, आणि त्याही प्रशस्तिपत्रे व पुरस्कार यांच्या रूपाने त्यांची मनापासूनची कृतज्ञता व्यक्त करतात. ही प्रशस्तिपत्रे व पुरस्कार राजनिवासाला सहकार्य करणारे लोक व कंपन्यांच्या 'प्रोफाइल'चा अभिमानास्पद भाग बनतात. पेन्सिलींपासून ते गाळ काढण्यापर्यंत... राजनिवासाचे कल्याणकारी कार्यक्रम हे सहयोगाचे उत्कृष्ट 'मॉडल' आहे, ज्याचे देशातील इतर राज्यांनी अनुकरण करायला हवे.

नेतृत्वांना सहभागी करून घेऊन त्यांच्यावर जबाबदारी सोपवणे हा डॉ. बेदींच्या नेतृत्वशैलीचा सिद्धान्त आहे. त्यांनी अशा नेतृत्वांचे विविध गट एकत्र आणले आहेत त्यात पुदुच्चेरी प्रशासनातील महिलाही आहेत व त्यांना समस्या सोडवण्यासाठी 'सोल्यूशन प्रोव्हायडर' बनण्यासाठी सुसज्ज केले आहे.

सहयोग व सुधारणेच्या दिशेने : मानवी संसाधन नियुक्ती

> @TheKiranBedi - पुदुच्चेरीच्या विविध विभागांतील महिला अधिकाऱ्यांची बैठक झाली. पुदुच्चेरी प्रशासनात भगिनीभाव निर्माण करण्यासाठी ही बैठक आयोजित केली होती. स्पर्धात्मक नव्हे, तर स्वयं-साहाय्यता, परस्परसहकार्य व सहयोगाची संस्कृती निर्माण करायची आहे. आपण दर तीन महिन्यांनी भेटून हा स्नेहबंध साजरा करू.
>
> १९ मार्च २०१८

'राजनिवास'मधील दरबार हॉल व उद्यान हा सरकारी अधिकारी, बिगरसरकारी संस्था, तरुण व ज्येष्ठ नागरिक यांच्या दरम्यान संवाद व नेटवर्किंगचा मंच बनला आहे.

"आम्ही घेतलेली एक अत्यंत महत्त्वाची बैठक म्हणजे पुदुच्चेरी प्रशासनातील सर्व महिलांसाठी आयोजित केलेली बैठक. या बैठकीचा उद्देश होता या सर्व महिलांनी भगिनीभावाने एकत्र यावे व एकत्र मिळून प्रगती साधावी. या गटात अधिकार परंपरेच्या सर्व स्तरांतील महिला आहेत. आमचा एक व्हॉट्सॲप ग्रूप आहे, त्यावर आम्ही सर्व उपक्रमांच्या, खासकरून महिलादिनी सर्व कार्यालयांमध्ये आयोजित केलेल्या सर्व कार्यक्रमांच्या 'पोस्ट' टाकतो," आशा गुप्ता सांगतात.

"आज आपण पुदुच्चेरी प्रशासनातील महिलांची बैठक घेत आहोत. आम्ही व्हॉट्सॲप ग्रूपद्वारे संपर्कात राहू आणि तीन महिन्यांतून एकदा भेटू. आज तुम्ही इथून बाहेर पडाल त्या स्वयंपूर्ण नेतृत्व म्हणून, जे इतरांना मार्ग दाखवेल, 'सोल्यूशन प्रोव्हायडर' म्हणून काम करेल," या बैठकीला संबोधित करताना डॉ. किरण बेदींनी म्हटले होते.

कौटुंबिक हिंसाचार, डिजिटल व्यवहार, कम्यून कमिशनर्सद्वारे ग्रामीण विकास

या व अशा अनेक विषयांवर प्रशिक्षण कार्यक्रम आयोजित करून माहितीचे व संकल्पनांचे आदानप्रदान करण्यास प्रोत्साहन दिले आहे. राजनिवासाने अशी ४४ नेटवर्किंग सेशन्स आयोजित केली आहेत, ज्यात ६१८६ नागरिकांनी भाग घेतला आहे.

महिला सबलीकरण या विषयाकडे राजनिवास टीमचे मुख्यत्वे लक्ष आहे. ही टीम महिलांना गरिबीसारख्या आव्हानांवर मात करण्यास साहाय्य करतेच, शिवाय त्यांना महिलांसाठी असलेल्या कल्याणकारी योजनांचा जास्तीत जास्त लाभ करून देऊन त्यांना अधिक स्वयंपूर्ण बनण्यासही साहाय्य करते.

व्यवस्थापनाचा धडा

सहयोग व नेटवर्किंगमुळे तुमच्या संस्थेचा पाया मजबूत होतो. नेता म्हणून तुम्ही मनुष्य या घटकावर आधारित सहयोग निर्माण करा आणि त्याचा तुमच्या संस्थेतील लोकांची वृत्ती व वर्तन बदलण्यासाठी माध्यम म्हणून उपयोग करा. त्यामुळे संस्थात्मक धोरणही बदलेल. याचा उपयोग तुम्ही ज्या लोकांसोबत काम करता व ज्यांच्याशी जोडले जाता, त्यांच्यामध्ये विश्वास व नातेबंध तयार होण्यासाठी होतो.

प्रेरणेने भारलेले व सहृदय नेतृत्व उत्तम कामगिरीचा गौरवही करते. डॉ. बेदी त्यांच्या आजूबाजूच्या लोकांचे कौतुक करण्याची व त्यांना शाबासकी देण्याची एकही संधी सोडत नाहीत.

सहृदय गुणग्राहकता
पारितोषिके व मान्यता

@TheKiranBedi - जल, स्वच्छता व 'ग्रीन कव्हर' या क्षेत्रात सामाजिक नेतृत्वाला प्रोत्साहन देण्यासाठी, 'राजनिवास' इथून पुढे सर्व सण-उत्सव साजरे करताना # स्वच्छता ही सेवा पुरस्कार प्रदान करेल. पहिला पुरस्कार सर्व सीएसआर देणगीदारांना दिवाळीत प्रदान केला जाईल, हे सर्वजण ८६ किमी कालव्यातील गाळ काढण्याचे काम करत आहेत.

७ ऑक्टोबर २०१८

डॉ. किरण बेदींच्या मार्गदर्शनाखाली काम करणारी राजनिवास टीम उत्कृष्ट कार्य व सेवा यांची नेहमी दखल घेते, मग ते व्यक्तिश: केलेले असो, वा सरकारी अधिकाऱ्यांनी. 'राजनिवास'ला एखाद्या प्रकल्पासाठी सहकार्य करणाऱ्या बिगरसरकारी संस्था व इतर समूहांनाही नायब राज्यपालांकडून प्रशस्तिपत्रांनी गौरवले जाते.

याखेरीज, राजनिवास टीम ने 'जलसमृद्ध पुदुच्चेरी' अभियानाला मदत करणाऱ्या सर्वांचा गौरव करण्यासाठी 'स्वच्छता ही सेवा' पुरस्कार सुरू केले. राजनिवासात आयोजित एका समारंभात या कार्यासाठी साहाय्य करणाऱ्या सर्व देणगीदारांचा हा पुरस्कार देऊन गौरव करण्यात आला.

'राजनिवास टीम'ला त्यांच्या सर्व उपक्रमात साथ देण्यासाठी विशेष धडपड करणाऱ्या, विविध विभागातील अधिकाऱ्यांना 'फ्रन्ट रनर' पुरस्कार देऊन सन्मानित करण्यात आले. तसेच, 'राजनिवास टीम'ला कल्याणकारी कार्यक्रमांमध्ये साहाय्य करणाऱ्या काही बिगरसरकारी संस्थांनाही 'फ्रन्ट रनर' पुरस्काराने सन्मानित करण्यात आले.

नगरपालिकेचे अधिकारी व वाहतूक कर्मचाऱ्यांना प्रोत्साहन देण्यासाठी, डॉ. किरण बेदी दर शुक्रवारी त्यांना भेटतात व त्यांच्या आठवडी कामगिरीबद्दल त्यांचा गौरव करतात.

"जे दुकानदार केराचा डबा न ठेवता, केर थेट नाल्यांमध्ये फेकतात त्यांच्यावर तिथल्या तिथे दंडात्मक कारवाई करणाऱ्या नगरपालिका अधिकाऱ्यांचा आम्ही दर आठवड्यात गौरव करतो; तसेच जे वाहतूक पोलीस अधिकारी व अन्य कर्मचारी मोटर वाहन कायद्याचे उल्लंघन करणाऱ्या लोकांना तिथल्यातिथे दंड करतात, त्यांचाही आम्ही गौरव करतो," डॉ. किरण बेदी सांगतात. अशाप्रकारे गौरव करण्यामुळे या लोकांना अधिक उत्तम कामगिरी करण्याची प्रेरणा लाभते.

आता राजनिवास टीम 'हरित पुदुच्चेरी' अभियानात सक्रिय आहे. जे लोक दीर्घकाळ वृक्षारोपण चळवळीत अग्रेसर आहेत त्यांना 'हरितदूत' म्हणून मान्यता देण्यासही आता सुरुवात झाली आहे.

राजनिवासमध्ये भेटीदाखल आलेल्या वस्तू व प्रशस्तिपत्रे अशा रूपात ही गौरवपर बक्षिसे प्रदान केली जातात.

व्यवस्थापनाचा धडा

तुमच्यासाठी व तुमच्यासोबत काम करणाऱ्या लोकांना कौतुकाची थाप व पारितोषिके हवी असतात, कारण त्यामुळे त्यांना प्रोत्साहन मिळते. लोकांना आपण महत्त्वाचे आहोत अशी भावना देणे हा उत्तम नेतृत्वाचा पाया असतो.

* प्रशंसापर पत्रे व प्रशस्तिपत्रे यांद्वारे लिखित रूपात कौतुकाची पावती नियमित द्या.
* अगदी छोट्यात छोट्या कामगिरीचेसुद्धा बक्षीस देऊन कौतुक करा.
* तुमच्यावर विश्वास ठेवणाऱ्या व तुमच्या कामाला पाठिंबा देण्यासाठी विशेष प्रयत्न करणाऱ्या सर्वांचा आठवणीने गौरव करा.

खरे चित्र समोर आणणारी सफर

@TheKiranBedi - # राजनिवास टीम यनाम मध्ये
ठळक मुद्दे : पूर टाळण्यासाठी पर्यायांचा विचार. गावातील स्वच्छता समस्या : प्राचीन मंदिर स्थळ : जैववैद्यकीय कचऱ्याची समस्या. पर्यावरणविषयक नियमांचा भंग करणारे बेट : विद्यार्थ्यांना बक्षिसे : मुक्तद्वार, ज्यायोगे व्यवस्था खुली झाली.
१५ ऑक्टोबर २०१९

तुम्ही एखाद्या ठिकाणची सफर करून परत येता. तो अनुभव तुम्हाला टीव्हीवरच्या एखाद्या बातमीसारखा वाटत असतो. अशावेळी ते संस्मरणीय क्षण शब्दबद्ध करावेत असे तुम्हाला आत्यंतिकतेने वाटत असते.

यनाम हा पुदुच्चेरीचा भाग आहे. ते आंध्र प्रदेशात आहे, काकीनाडाजवळ. मॅम यनामच्या दौऱ्यावर जाणार आहेत तेव्हा आपल्यालाही त्यांच्यासमवेत जाता यावे अशी माझी मनोमन इच्छा होती. ही इच्छा साकार झाली! मग आम्हा काहीजणांचा एक गट आदल्या दिवशीच तिथे रवाना झाला. आम्ही तिथल्या परिस्थितीची पाहणी करणार होतो. यनाम हे अगदी छोटेसे गाव आहे. हे अनोखे गाव अंदाजे ३० चौरस किलोमीटर क्षेत्रात पसरलेले असून, त्याची लोकसंख्या आहे अवघी ३२०००.

त्या गावात फेरफटका मारताना आमच्या लक्षात आले, की लहानशा राजकारण्यांच्या प्रचंड भ्रष्टाचारामुळे या छोट्याशा गावाला अनेक समस्यांनी ग्रासले आहे.

कचऱ्यापासून ते वाळू उत्खननापर्यंत, कचरा वेगळा करण्यापासून ते पर्यावरणापर्यंत, एवढेच नव्हे तर मंदिराशी संबंधित प्रश्न... या सगळ्या समस्यांमुळे या गावाची प्रगती खुंटली होती. पर्यटनस्थळ म्हणून पसंती मिळवू शकेल अशा क्षमतेच्या या देखण्या गावात भ्रष्टाचार व सुयोग्य कारभाराअभावी विकास घडत नव्हता.

माननीय नायब राज्यपाल डॉ. किरण बेदींचे आगमन झाल्यावर आम्ही त्यांच्यासोबत सगळ्या ठिकाणी गेलो होतो. त्यांच्या ताफ्यातून त्यांच्यासोबत प्रवास करणे हा

विलक्षण अनुभव होता... लोक रस्त्याच्या कडेला हातात काळे झेंडे, काळे फुगे व फलक घेऊन त्यांच्या निषेधाच्या घोषणा देत होते (स्थानिक राजकारणी व्यक्तीच्या सांगण्यावरून). त्या जागोजागी थांबून लोक काय सांगत आहेत ते ऐकत होत्या, पुन्हा चपळाईने गाडीत येऊन बसत होत्या. अनेक ठिकाणी लोक ''किरण बेदी झिंदाबाद,'' ''किरण बेदी की जय'' अशा आरोळ्या ठोकत होते... ते पाहून माझ्या अंगावर रोमांच उभे राहिले होते.

मी प्रसारमाध्यमात काम करत असल्यामुळे, मला नेहमी दुसऱ्या बाजूने पाहायची सवय आहे, पण नायब राज्यपालांच्या टीमच्या हिस्सा असणे हा सर्वस्वी वेगळा अनुभव होता. तेथील सुरक्षा व्यवस्था अत्यंत चोख होती. सुदैवाची बाब म्हणजे, विरोध व धमक्या मिळूनही, कायदा व सुव्यवस्था सामान्य होती.

तिथे आम्ही 'ओपन हाउस' ठेवले होते. आमच्याकडे जवळजवळ शंभर अर्ज आल्यामुळे आम्हाला ते दुसऱ्या दिवशीसुद्धा घ्यावे लागले. माननीय नायब राज्यपाल महोदया म्हणाल्या होत्या, की आपण यनामच्या जनतेच्या दबलेल्या समस्या मुक्त केल्या आहेत. आता प्रशासक, अधिकारी व स्थानिक पोलिसांनी सक्रिय होऊन परिवर्तन घडवायचे होते.

माननीय नायब राज्यपालांनी यनाममधील टीमला मार्गदर्शन केले. त्यांनी प्रादेशिक प्रशासक व पोलिसांना नियमित 'ओपन हाउस' घेण्याच्या सूचना दिल्या, तसेच अधिकाऱ्यांना 'फील्ड व्हिजिट्स'चे महत्त्व सांगितले. यनाममधला क्षणन्क्षण त्यांनी या कामात घालवला.

या सफरीतील ठळक मुद्दे

पूरबाधित क्षेत्राला प्रत्यक्ष भेट दिल्यानंतर, मोरीच्या खालचे दार ताबडतोब दुरुस्त करण्याची निकड लक्षात आली. त्यायोगे पुढच्या पावसाळ्यात पूर रोखता येणार होता.

घनकचरा व्यवस्थापनाकडे ताबडतोब लक्ष देणे गरजेचे होते. कनक डंप यार्डकडेसुद्धा ताबडतोब लक्ष देणे गरजेचे होते, कारण हे अनेक आजारांचे माहेरघर बनत होते.

जैववैद्यकीय कचऱ्याच्या निर्गतीबाबत तक्रारी होत्या. जीएच हॉस्पिटलने कचरा वेगळा करण्याची योग्य पद्धत वापरून, वेगवेगळ्या रंगांचे डबे वापरणे आवश्यक होते.

आयलंड क्रमांक E5 मध्ये पर्यावरणविषयक कायद्यांचे उल्लंघन झाल्याचा विषय होता. या प्रक्रियेत सुमारे ५ कोटी रुपयांचे नुकसान झाले होते.

मंदिराच्या संदर्भात - एचआरआय कमिशनर यांच्या चौकशीत असे आढळून आले की अनेक वर्षांपासून मंदिराच्या व्यवहारांचे लेखापरीक्षणच झालेले नाही.

विश्वस्तांनी त्या बाबतीत स्पष्टीकरण देणे आवश्यक आहे. तसेच मंदिराचे खरे वय किती आहे या बाबतीत शास्त्रीय अभ्यास करण्याची विनंती करण्यात आली.

सायंकाळी 'ओपन हाउस' ठेवले होते. त्यासाठी शंभरच्या वर अर्ज आले होते. सायंकाळच्या वेळात या सर्व अर्जांची दखल घेणे शक्य नसल्यामुळे, हे 'ओपन हाउस' दुसऱ्या दिवशी सकाळी ८ वाजल्यापासून पुढे सुरू करण्यात आले. तरीसुद्धा अर्जदारांची भलीमोठी रांग प्रतीक्षा करत होती. माननीय राज्यपाल महोदयांनी कार्यालयातून बाहेर येऊन अर्जदारांच्या जाहीर सभेला संबोधित केले.

त्यांनी अधिकाऱ्यांनाही संबोधित केले आणि लोकांना दिसण्याच्या, लोकांसाठी उपलब्ध असण्याच्या गरजेवर, तसेच यानम स्वच्छ करण्यासाठी काम व श्रमदान करण्याच्या गरजेवर विशेष भर दिला. त्यांनी अधिकाऱ्यांना सांगितले, की 'ओपन हाउस'मुळे तुम्हाला तुमची ताकद लक्षात आली असेल. तुम्हाला ती वापरून लोकांची सेवा करायची आहे.

''तुम्हाला तुमच्या स्थानाची भीती वाटते. पण तुम्ही निर्भय होऊन सेवा करा. अधिकारी म्हणून दयाळूपणे व प्रभावी काम करा,'' डॉ. किरण बेदींनी त्यांना सांगितले. यनामचे रूप पालटण्यासाठी प्रादेशिक प्रशासकांसोबत एक टीम म्हणून काम करण्याबाबत त्यांनी अधिकाऱ्यांना मार्गदर्शन केले.

प्रसारमाध्यमे

माननीय नायब राज्यपाल डॉ. बेदी यनाममध्ये येण्याआधीच प्रसारमाध्यमांत अनेक बातम्या येत होत्या.

''जर डॉ. बेदी यनामला आल्या तर त्यांना धडा शिकवला जाईल,'' असे एका मंत्रीमहोदयांनी वक्तव्य केले होते.

बातम्यांमध्ये असेही आले होते, की त्यांनी माननीय नायब राज्यपालांविरोधात निदर्शने करण्याची धमकीही दिली होती. इतका सगळा विरोध असूनही 'राजनिवास'च्या टीमने हा दौरा केला. प्रसारमाध्यमांचे प्रतिनिधी या दौऱ्यातील खास क्षण टिपण्यासाठी सतत घिरट्या घालत होते. माननीय नायब राज्यपालांनी दौऱ्याची सांगता करण्याआधी प्रसारमाध्यमांच्या प्रतिनिधींनाही संबोधित केले. तिथे त्यांना अशा गोष्टींबद्दल प्रश्न करण्यात आले, ज्याबाबत त्यांना याआधी माहिती देण्यात आली नव्हती, किंवा जे 'राजनिवास'कडे पाठवण्यात आले नव्हते.

त्यांनी मंत्रीमहोदयांना त्यांच्या दौऱ्याविषयी का कळवले नाही असा त्यांना प्रश्न विचारला गेला, खरेतर त्यांनी मंत्रीमहोदयांना आमंत्रित केले होते. या दौऱ्याबद्दल प्रसारमाध्यमांनी बऱ्याच खोट्या बातम्या दिल्या होत्या, आणि त्याचवेळी ते माहिती दाबतही होते. ते बातमीदाराची भूमिका उत्तम प्रकारे वठवू शकले असते, ज्यायोगे

जनतेला खरी परिस्थिती व वस्तुस्थिती काय आहे ते कळले असते व प्रसारमाध्यमातील चुकीच्या बातम्यांमुळे त्यांची दिशाभूल झाली नसती.

आम्ही कडेकोट पोलीस बंदोबस्तात यनाममधून बाहेर पडलो, तेव्हा लोक देत असलेल्या 'किरण बेदी की जय!'च्या घोषणा अजूनही कानावर पडत होत्या. डॉ. किरण बेदींनी यनाममध्ये त्यांच्या सहृदयतेची छाप मागे ठेवली होती आणि लोकांच्या मनात आशा जागवली होती, की त्यांना उत्तम सेवा मिळेल. त्यांनी लोकांना नवे स्वच्छ यनाम, हरित यनाम अथवा 'कोत्था यनाम' बनवण्यासाठी प्रशासनासोबत काम करा असेही सांगितले होते.

नेतृत्व व कारभाराचे परिपूर्ण 'मॉडल'

विचारधन

नेतृत्व

आदर्शवत उदाहरणे ताकदवान असतात, कारण ती असे भिंग तयार करतात, ज्यातून आपण जगाकडे पाहतो... तुम्हाला जर तुमच्या जीवनात छोटे बदल घडायला हवे असतील, तर तुम्ही तुमच्या वृत्तीवर काम करा. पण जर तुम्हाला मोठे व महत्त्वाचे बदल करायचे असतील, तर विचारपद्धती बदला.

– स्टीफन कॉव्ही

या नेतृत्वविषयक विचारधनानुसार, डॉ. किरण बेदींच्या नेतृत्वाखाली विकसित झालेल्या राजनिवास 'मॉडल'ने विचारपद्धती बदलण्याकडे लक्ष दिले आहे, त्यामुळे पुदुच्चेरी प्रशासनात ठळक बदल घडवणे शक्य झाले आहे.

कोणत्याही संस्थेला कामगिरी अधिक सुधारण्यासाठी उपयुक्त ठरू शकतील अशी अत्यंत प्रभावी तंत्रे खालीलप्रमाणे :

असहकार्याच्या भावनेऐवजी, टीमने एकत्र येऊन काम करण्यास प्रोत्साहन द्या.

तुमचा कार्याचा उद्देश व 'व्हिजन' स्पष्ट असू द्या. मग या उद्देशांच्या पूर्तीसाठी, तुमच्यासोबत काम करण्यासाठी तुमच्या टीमला प्रेरित करा.

तुम्ही लोकांसमोर या, त्यांच्यासाठी उपलब्ध राहा, म्हणजे लोकांना ई-मेल अथवा इतर संपर्कमाध्यमांऐवजी थेट तुमच्याकडूनच ऐकता येईल.

अनौपचारिक कार्यगटांची स्थापना करून त्यात परस्परसहकार्याने एकत्र मिळून काम करा.

लोकांनाही यात 'स्टेक होल्डर' म्हणून सहभागी करून घ्या, म्हणजे त्यांना तुमच्याशी संपर्क साधून तुमच्यासोबत काम करता येऊ शकेल ही गोष्ट समजेल.

दररोज 'फील्ड व्हिजिट'साठी वेळ ठरवून घ्या, म्हणजे तुम्हाला तुमच्या

दैनंदिन कार्यक्षेत्रात कुठे सुधारणा करणे गरजेचे आहे ते लक्षात येईल.

सर्वांत महत्त्वाचे, स्वत:ला ऊर्जासंपन्न व प्रेरणेने भारलेले ठेवा. तुम्हाला समस्यांची उकल करायची आहे... तुम्हाला 'प्रॉब्लम-सॉल्वर' बनायचे आहे आणि निर्भयपणे व नि:पक्षपातीपणे काम करायचे आहे.

डॉ. किरण बेदी ज्या प्रकारच्या प्रशासक व नेता आहेत त्यामध्ये त्यांच्या हेतूपूर्ण सहृदयतेचा वाटा आहे.

हार्वर्ड बिझनेस स्कूलमध्ये ॲमी कडी व त्यांच्या संशोधक सहकाऱ्यांनी केलेल्या अभ्यासानुसार, जे नेते त्यांची विश्वासार्हता व कार्यक्षमता सिद्ध करण्याआधीच, आपुलकीची ऊब निर्माण करतात, ते नेते कठोरपणे नेतृत्व करणाऱ्या नेत्यांपेक्षा अधिक प्रभावी ठरतात.

अभ्यासातून असे दिसून आले आहे की हेतुपूर्ण सहृदयता प्रत्यक्ष आचरणात आणण्याचे चार सर्वोत्तम मार्ग म्हणजे– लोकांना ओळखण्यात सहृदयता; लोकांना जेव्हा मार्गदर्शन व साहाय्य हवे असते तेव्हा त्यांना आधार देण्यात सहृदयता; तुमच्या टीमची काळजी घेण्याबाबतची व तीही माणसे आहेत, त्यांनाही कुटुंब आहे, समस्या आहेत हे समजून घेण्याबाबतची व त्यांच्या प्रति परानुभूती बाळगण्यातील सहृदयता; आणि सर्वांत महत्त्वाचे म्हणजे अति टीकात्मक होण्याऐवजी त्यांना अभिप्राय देतानाची सहृदयता.

डॉ. किरण बेदी फक्त नायब राज्यपाल म्हणूनच नव्हे तर माणूस म्हणूनही हेतुपूर्ण सहृदयतेचे सर्वोत्तम उदाहरण आहेत. त्यांनी सहृदयतेने नेतृत्व सांभाळले आहे आणि त्यामुळेच पुदुच्चेरीतील अधिकारी त्यांच्याकडून बऱ्याच गोष्टी शिकत आहेत. विभागांची कामगिरी अधिक सुधारली आहे, तक्रारींची दखल घेतली जात आहे आणि लोकांना असे प्रेमळ नेतृत्व लाभले आहे, जे तमिळ या स्थानिक भाषेत बोलत नाही, पण प्रेमाच्या भाषेत बोलते, सदैव त्यांच्या मदतीला तयार असते आणि त्यांना आश्वासक आलिंगनसुद्धा देते.

दलाई लामांचे वचन आहे, 'जिथे जिथे शक्य असेल तिथे सहृदयतेने वागा, आणि ते नेहमीच शक्य असते.'

डॉ. किरण बेदी या वचनानुसार वाटचाल करत आहेत आणि नायब राज्यपाल म्हणून त्यांनी केलेले काम त्याची साक्ष देते. त्यांचे नेतृत्व हे खऱ्या सहृदयतेचे सर्वोत्तम उदाहरण आहे!

कृतज्ञता

> कृतज्ञता आपल्याला भूतकाळाचा अर्थ समजावते, वर्तमानासाठी शांती प्रदान करते व भविष्यासाठी 'व्हिजन' देते.
>
> – मेलडी बीट्टी

मी या लेखनासंदर्भात खालील लोकांप्रति कृतज्ञता व्यक्त करू इच्छिते. त्यांच्या सहकार्याविना हे पुस्तक आकाराला आले नसते.

मी परमेश्वराची अत्यंत कृतज्ञ आहे. त्याने मला या पुस्तकावर काम करण्याची दृष्टी व शक्ती दिली. त्याच्या कृपेने व आशीर्वादानेच हे शक्य झाले.

माझी आई - तिच्याकडून मला लेखनाचा वारसा लाभला आहे. ती मला सतत लेखणी सुरू ठेवण्यासाठी प्रवृत्त करत असते. माझी बहीण व तिचा परिवार मला लेखनासाठी सदैव प्रोत्साहन देत असतो.

डॉ. किरण बेदी - त्या माझ्यासाठी आई, मार्गदर्शक व गुरू आहेत. त्यांनी मला हे पुस्तक लिहिण्यासाठी प्रोत्साहन दिले व मला प्रत्येक पावलावर मार्गदर्शन केले.

'राजनिवास'मधील सर्व अधिकारी - सकाळी १०ची टीम - श्री. थेवा नीती दास, नायब राज्यपालांचे ओएसडी; श्री. सुंदरेसन, अतिरिक्त सचिव; श्री. श्रीधरन, खासगी सचिव; श्रीमती आशा गुप्ता, लेखानियंत्रक; डॉ. भास्करन, मुख्य तक्रार अधिकारी; श्री. कार्थिकयन, एडीसी व श्री. कुमारन, जनसंपर्क अधिकारी, जे राजनिवासचे संपूर्ण कार्य सांभाळतात. या सर्वांनी मला राजनिवासमधील सर्व घडामोडींबद्दल सांगितले, त्यामुळे हे पुस्तक आकाराला येण्यात मदत झाली.

'राजनिवास'मधील संपूर्ण 'सर्जनशील टीम'ने – त्याचा मीही भाग आहे - माझ्या कामात मला साहाय्य केले. विजय व पून्गुजली या व्हिडिओग्राफर्सनी मला नेतृत्वविषयक व्हिडिओ मिळवून दिले.

माझी मैत्रीण बीना सिवन यांचे विशेष आभार. त्यांनी आवश्यक तिथे मोलाची मदत केली आहे. तसेच पूजा लाल, ईशा अरोरा व तिलक अम्बालानाथन यांच्या 'रिसर्च टीम'नेही मला साहाय्य केले आहे.

मी या पुस्तकात जे फोटो वापरले आहेत, ते मला 'राजनिवास'चे छायाचित्रकार मणिकंडन यांनी दिले आहेत.

ए. एस. दिवाकर व एस. रिस्वन या 'कॉम्प्युप्रिंट'च्या डिझायनर्सनी या पुस्तकाच्या मांडणीसाठी खूप परिश्रम घेतले आहेत.

माझे स्नेही संजय पिंटो यांनी माझ्या पुस्तकाला प्रस्तावना लिहिण्याचे मान्य केले.

'इंडिया व्हिजन फाउन्डेशन'ने हे पुस्तक आणण्यासाठी मदतीचा हात दिला.

प्रकाशकांनी माझ्या कामावर विश्वास दाखवला व संपादकांनी या पुस्तकाचे अत्यंत दक्षपणे संपादन केले, त्याबद्दल त्यांचे आभार.

◆

जगातील एका प्रचंड मोठ्या तुरुंगाचा कायापालट

‘इट्स ऑलवेज पॉसिबल’

डॉ. किरण बेदी

अनुवाद

लीना सोहोनी

....त्या कुणी सामान्य तुरुंगाधिकारी नव्हेत. ‘डायरेक्टर जनरल ऑफ दिल्ली प्रिझन्स’ म्हणून सूत्रं हाती घेतल्यानंतर केवळ सातच महिन्यांत त्यांनी या नरकसदृश संस्थेला माणसांनी राहण्यायोग्य बनवलं आहे. एके काळी मादक द्रव्यांचा अतिरिक्त वापर आणि कर्मचार्‍यांच्या भ्रष्टाचारानं बुजबुजलेल्या या तुरुंगाची स्थिती आता बरीच निवळली आहे. याचं कारण म्हणजे तुरुंगात रोज कैद्यांसाठी जी तक्रारपेटी – पिटिशन बॉक्स – फिरवली जाते, तिच्या द्वारे ते कैदी आपल्या तक्रारी निनावी सुद्धा नोंदवू शकतात. एखाद्या लाचखाऊ पहारेकऱ्याचं नाव आता या तक्रारपेटीच्या माध्यमातून उघडकीस येऊ शकतं. मादक द्रव्यांचे चोरटे व्यवहार करणाऱ्या कैद्यांचं बिंग फुटू शकतं. कैद्यांना मारहाण करणाऱ्या वॉर्डरांची नावं उजेडात येऊ शकतात...

ॲज आय सी...
स्त्रियांचे सक्षमीकरण...

डॉ. किरण बेदी

अनुवाद

माधुरी शानभाग

''सतत शिकणे अन् मिळालेले ज्ञान वाटून घेणे यावर माझा पूर्ण विश्वास आहे. मी जे पाहते, ऐकते, वाचते त्यातील जे मला अस्वस्थ करते, त्याबद्दल लिहिणे हे माझे कर्तव्य आहे असे मला वाटते.

विशेषत: स्त्री आणि तरुण यांच्या सक्षमीकरणासाठी सर्वांनी सजग राहून कृती करायची गरज आहे.

लेखणीची ताकद वापरून, सामान्यांचा आवाज जनतेपर्यंत पोहोचवण्यासाठी हाती निशाण धरायचे काम मी यापुढेही करत राहीन.''

डॉ. किरण बेदी यांनी वेळोवेळी वेगवेगळ्या प्रश्नांवर लिहिलेल्या लेखांचे हे संकलन, वाचकांना स्त्रीप्रश्नांबद्दल संवेदनशील करेल आणि प्रतिसाद द्यायला, कृती करायला उद्युक्त करेल.